AF906067

सफर

विजय तेंडुलकर यांची नाटके

नाटके

अशी पाखरे येती
एक हट्टी मुलगी
कमला
कन्यादान
कावळ्यांची शाळा*
कुत्रे
गिधाडे
गृहस्थ*
घरटे अमुचे छान
घाशीराम कोतवाल
चिमणीचं घरं होतं मेणाचं
चिरंजीव सौभाग्यकांक्षिणी
झाला अनंत हनुमंत
त्याची पाचवी***
दंबद्वीपचा मुकाबला
नियतीच्या बैलाला**
पाहिजे जातीचे
फूटपायरीचा सम्राट
बेबी
भल्याकाका
भाऊ मुरारराव
मधल्या भिंती
माणूस नावाचे बेट
मित्राची गोष्ट
मी जिंकलो! मी हरलो!
विठ्ठला
शांतता! कोर्ट चालू आहे
श्रीमंत
सखाराम बाइंडर
सफर**
सरी ग सरी

एकांकिका

समग्र एकांकिका : भाग १
समग्र एकांकिका : भाग २
समग्र एकांकिका : भाग ३

बालवाङ्मय

इथे बाळं मिळतात
चांभारचौकशीचे नाटक
चिमणा बांधतो बंगला
पाटलाच्या पोरीचं लगीन
बाबा हरवले आहेत
बॉबीची गोष्ट
राजाराणीला घाम हवा

अनुवादित

आधे अधुरे (मूळ लेखक : मोहन राकेश)
तुघलक (मूळ लेखक : गिरीश कार्नाड)
मी कुमार (मूळ लेखक : मधु राय)
लिंकन यांचे अखेरचे दिवस (मूळ लेखक : मार्क फॉन डॉरन)
लोभ नसावा ही विनंती (मूळ लेखक : जॉन पॅट्रिक)
वासनाचक्र (मूळ लेखक : टेनेसी विल्यम्स)

---

* गृहस्थचे पुनर्लेखन : कावळ्यांची शाळा ** ध्वनिफितीच्या रूपानेही प्रकाशित
*** मूळ इंग्रजी : His Fifth Woman (अनु. चंद्रशेखर फणसळकर)

सफर

विजय तेंडुलकर

पॉप्युलर प्रकाशन, मुंबई

सफर
(म-७३५)
पॉप्युलर प्रकाशन
ISBN 978-81-7185-574-2

SAFAR
(Marathi : Play)
Vijay Tendulkar

पहिली आवृत्ती : १९९२/१९१३
पुनर्मुद्रण : २००५/१९२७
दुसरी आवृत्ती : २०१८/१९४०

प्रकाशक
हर्ष भटकळ
पॉप्युलर प्रकाशन प्रा. लि.
३०१, महालक्ष्मी चेंबर्स
२२, भुलाभाई देसाई रोड
मुंबई ४०० ०२६

अक्षरजुळणी
संतोष गायकवाड
पिंपळे गुरव
पुणे ४११ ०६१

या नाटकाच्या
मी केलेल्या वाचनाचे
उत्साही श्रोते
कुमार गंधर्व
यांच्या स्मृतीला.

या नाटकाचा शुभारंभाचा प्रयोग आविष्कार या नाट्यसंस्थेतर्फे दि. ६ जानेवारी १९९२ रोजी मुंबईत रवींद्र नाट्यमंदिर येथे सायंकाळी ७ वाजता सादर झाला. हा प्रयोग अरविंद देशपांडे नाट्यमहोत्सवाच्या निमित्ताने विजय तेंडुलकर नाटकसोहळ्यात सादर करण्यात आला. या प्रयोगात पुढील कलाकारांनी भाग घेतला होता.

लेखक	:	विजय तेंडुलकर
दिग्दर्शक	:	सुलभा देशपांडे
सह दिग्दर्शक	:	धनंजय काकडे, निनाद देशपांडे
प्रकाश	:	चंदर होनावर
प्रकाश सहायक	:	मोहन सुवर्ण, प्रफुल्ल संघानी, लक्ष्मण यादव
संगीत	:	नंदलाल रेळे
नृत्य	:	निरंजन परळकर
वेषभूषा	:	प्रज्ञा भुरे
ध्वनी	:	भीमराव दहीफळे
रंगमंच व्यवस्था	:	सीताराम कुंभार, रमेश कांबळी

कलावंत

पद्माकर ओझे	:	देवानंद जाधव
धनंजय काकडे	:	सागर काळे
निनाद देशपांडे	:	भीमराव दहीफळे
सुमंत मस्तकार	:	विनायक शानभाग
अरुण काकडे	:	अश्विनी मुळगुंद आणि
विद्या मुळगुंद	:	आविष्कार-चंद्रशालेचे
प्रेमा साखरदांडे	:	कलाकार

अंक पहिला

[दर्शनी पडदा नाही. रंगमंचावरचे दिवेही लागलेले नाहीत. रंगमंचाच्या मध्यभागी आवरण घातलेले एक प्रकरण ठेवलेले आहे. ते काय ते कळत नाही. ते इतका वेळ दिसावे (आणि इतर काहीच रंगमंचावर असू नये) की प्रेक्षक करण्यासारखे दुसरे काहीच नसल्याने त्याविषयी तर्कवितर्क करतील.

आता नाटकात नसलेला एक इसम रंगमंचावरून जाता जाता त्या प्रकरणावरचे आवरण काढून घेऊन जातो. आवरणाआतली एक्झरसायझर म्हणजे व्यायामाची सायकल दिसते. म्हणजे हिला चाके सोडून बाकी सर्व आहे. अगदी घंटीसुद्धा. आणि पॅडल्स. आणि एक स्पीडो-मीटर. रंगमंचावर आता प्रकाश उजळतो. चाकांविना सायकल स्वच्छ दिसू शकते.

मुख्य पात्र रंगमंचावर येते. अंगाने सामान्य. चेहऱ्याने सामान्य. कपडे प्रवासासाठी मित्राचे उसने आणून घालावेत तसे. मळकट जांभळा किंवा निळा जाडाभरडा शर्ट. त्याखाली जुनाट जीन्स. त्याखाली प्रवासी दणकट बूट. डोक्यावर डोळ्यांना सावली देऊ शकेल अशी टोपी. पाठीवर प्रवासी रक्-सॅक म्हणजे सामानाची धोकटी. डोळ्यांना काळा चष्मा. हाती चार आण्यांना मिळणारा झेंडूच्या फुलांचा हार.

मुख्य पात्र रंगमंचावर आल्याबरोबर कळते की गडी कुठेतरी लांबच्या प्रवासाला निघण्याच्या जय्यत तयारीत आहे.

रंगमंचावर आल्यावर हा प्रथम बिनचाकांच्या सायकलीला झेंडूच्या फुलांचा हार घालतो. मग जरा दूर होऊन प्रेमाने तिच्याकडे एकदा पाहतो. त्यानंतर तिची सीट थोपटतो. उभ्या उभ्या एकदा तिची पॅडल्स एका पायाने उलटसुलट फिरवून पाहतो. एक-दोनदा घंटी वाजवतो. खूश होतो.

आता तो प्रेक्षकांकडे वळतो. डोळ्यांवर काळा चष्मा आहेच. आता तो काळा चष्मा काढतो. वय लक्षात येते. चाळिशीकडे झुकलेले. मागे चक्क टक्कल पडू लागलेले, पण हे पुढे ओघाओघाने दिसेल. प्रेक्षकांशी बोलू लागणार तेवढ्यात आठवण व्हावी तसे पाठीवरचे रक्-सॅक प्रयासाने उतरवून त्यातून एक कापडी पताका बाहेर काढून ती सायकलच्या हँडलवर आडवी अडकवून टाकतो. तिच्यावर आधी तीन फुल्या आणि त्यापुढे 'यात्रा १९-' असा मजकूर प्रेक्षकांना दिसतो. मुख्य मात्र आता प्रेक्षकांकडे पाहतो. मुद्रेवर प्रश्नचिन्ह.]

मुख्य पात्र : आज सन कोणता, सन? [उत्तर मिळावे तसा खूश होऊन खिशातल्या जाडजूड साइन पेनने पताकेवर सन लिहून टाकतो : ८९ किंवा ९० किंवा जो असेल तो. मग संतोषाने पेन खिशाला अडकवून हात झाडतो.] सगळी तयारी झालीच म्हणायची. आता फक्त निघायचीच खोटी. [सायकलपासून निघून पुढे येतो.]

तसा निघता निघता थोडा वेळ होतोच. प्रवासाला निघताना तो किती म्हटलं तरी होतो. काय एक गोष्ट आहे? हजार गोष्टी. प्रवास लांबचा. त्यात सायकलीवरून. सर्व काही व्यवस्थित असलेलं बरं असतं. तरी काहीतरी राहतंच! [आठवण्याचा प्रयत्न करतो.] रक्-सॅक झालं, सायकल झालीच, टोपी आहे, गॉगल — तोही आहे, बूट दोन — आहेत. शिट्टी — आहे, दोरी आहे, डायरी आहे, डायरियावर गोळ्या आहेत... [बोटे घालून उरलेली स्मरणे स्वत:शीच करतो.]

तरी अजून काहीतरी असायला हवं आहे... पण जाऊ द्या. सर्वच जमलं तर ती यात्रा कसली? अगदी शेवटल्या यात्रेतदेखील काहीतरी राहतंच! ['द्या टाळी' असा हसतो.] तर ही यात्रा. ही कसली यात्रा? (सायकलवरची पताका दर्शवून) फुल्या आहेत. तीन फुल्या. म्हटली तर भारत यात्रा. म्हटली तर संवाद यात्रा. म्हटली तर दुचाकी यात्रा. पण फुल्या दोन नाहीत, तीन आहेत. म्हणजे अंत्य यात्रा नव्हे! [पोकळ हसतो.] यात्रेवर निघण्याचं माझं स्वप्न आज पुरं होत आहे त्यामुळे जरा मजेत आहे. कितीतरी वर्षांपासूनचं स्वप्न होतं : एक दुचाकी घ्यावी. दोन चाकी दुचाकी. स्वत:ला घ्यावं. दुचाकीवरून मनमानी वाटेल तिकडे हिंडावं. नवे नवे प्रदेश पाहावेत. नवे नवे अनुभव म्हणतात ते घ्यावेत. नव्या नव्या माणसांशी दोस्ताना व्हावा. जाऊ तिकडे आपले दोस्त. जाऊ तिकडे दोस्तिणी. पण हे दुसरं

आमच्या स्वभावात जरा कमीच. बाई म्हटली की... हेच होतं. पण जमणाऱ्याच सगळ्या गोष्टी स्वप्नात दिसल्या तर ती स्वप्नं कसली? तर दोस्तिणीसुद्धा. भिन्न भिन्न काय म्हणतात त्या संस्कृत्या, परंपरा, कलाकुसरी, झालंच तर भाषा, साहित्य आणि चटण्या, कोशिंबिरी, लोणची, सगळ्याचा परिचय घडावा. आणि आज अखेर दैवयोगानं तसंच श्रीसिद्धिविनायक, साईबाबा, सदाचारी बाबा, सत्यसाईबाबा असे जे कुणी असतील त्या सर्वांच्या कृपाप्रसादानं आज हे आपलं फार जुनं आणि आवडतं स्वप्न अखेर साकार होणार आहे. मी सफरीवर निघणार आहे.

[सायकलकडे जातो.]

ही सायकल. हा मी. आणि यानंतर घडणार आहे ती – सफर. म्हणजे यात्रा. [खिशातून बेंडबाजा काढून वाजवतो. सिनेमाच्या टायट्ल म्युझिकसारखा. वाजवता वाजवता गचक्यागचक्यांनी घाबरा होतो. बाजा मधून मधून थांबतो. मग पुरता थांबतो.]

पण भीती वाटते. अनामिक अशी भीती. त्या दाराबाहेर काय असेल? त्यापलीकडे काय असेल? त्यापलीकडल्या, पलीकडे काय असेल? काही... बरं-वाईट तर होणार नाही? कधीच बाहेर गेलो नाही. नाना-आईंनी जाऊच दिलं नाही. एकुलता एक. आधीचं भावंड जन्मानंतर दुसऱ्याच महिन्यात गेलेलं त्यामुळे जपला. म्हणायचे, बाहेर जायची गरज नाही. बसून खाशील इतकं आहे तर उगीच कशाला बाहेर जायचं? तसा तीन चाकी सायकलवर बसायचो, पण घरातल्या घरात धावायचो, शर्यतदेखील खेळायचो, लढाई-लढाई खेळायचो पण घरातल्या घरात, आईबरोबर. कधी नानांबरोबर. एक-दोनदा शेजारची मुलंही बोलावून आणली होती आईने. खूप दंगा केला मुलांनी. घरातल्या घरात. पुन्हा ती आली नाहीत. मलासुद्धा त्यांची भीतीच वाटली. नाना-आईसारखी नव्हती ना. उगाच काही केल्यानी तर? नाना आपले बरे. सवयीचे. फारतर एखादी चापटी मारायचे. आई तर अगदी सेफ. मारायचीच नाही. मी काही चूक केली की रडायची. मग मी म्हणायचा, आई मी चुकलो. पुन्हा असं करणार नाही. हे तिनंच शिकवलेलं. हे म्हटलं की आई खूश. पण त्यामुळे काय झालं, घराच्या बाहेर आमची स्वारी कधी पडलीच नाही. सर्व घरातल्या घरात. त्यामुळेच तर स्वप्न पाहू लागलो. आधी तसं ते साधंच होतं. म्हणजे हळूच दार उघडून जरा बाहेर डोकवावं. मग स्वप्नच ते, वाढू

लागलं. दाराबाहेर पडावं. जिन्याशी जाऊन पाहावं. जिना उतरावा. रस्त्याकडे लांबून बघावं. रस्त्यावर जावं. [हे म्हणतानादेखील लहानपणी येई तसा मानसिक ताण आलेला. उभे राहण्यात तो दिसतो. मग तो प्रयत्नपूर्वक सोडून] असं करता करता मी - म्हणजे - वयात आलो; आणि सायकल-यात्रेपर्यंत स्वप्न पोचलं. खरंतर तेव्हाच मी हे धाडस करायचो. पण आई-नानांची समजूत काढण्यात इतकी वर्षं गेली. आता पटली आहे त्यांची समजूत.

[आई-नाना येतात. आई वारंवार डोळ्यांना पदर लावते आहे. नाना मिश्यातल्या मिश्यात शोकात्म नाटकाच्या नायकाच्या बापासारखे धीरगंभीर दिसत आहेत.]

आई : (गहिवर आवरत) बाबू, तुला... मी म्हणते... जायलाच हवं का?

मुख्य पात्र : होय आई. आता मला जायलाच हवं.

नाना : वाटलं तर घराला एक फेरी मारून ये.

मुख्य पात्र : नाही, नाना. आता देशाची फेरी. कदाचित जगाची.

आई : पण... तिकडे आंध्रात म्हणे नक्षल का कोण वादी माणसं पळवताहेत... (तोंडाला पदर लावून हुंदका दाबलेला.) मारतात... सुद्धा...

नाना : (आकाशाकडे शून्य नजर लावून) नद्यांना महापूर आले आहेत. आसामात पाणीच पाणी झालं आहे.

आई : त्यात लंकेत... भारतीयांना... गोळ्या मारतात... गोदाक्का सांगत होत्या.

नाना : (उसासून) पंजाबचं तर विचारायची सोय नाही.

आई : ओरिसात... (हुंदकाच फुटतो.)

नाना : तमीळनाडूत विधानसभेत दंगली.

आई : कर्नाटक... (मोठा हुंदका.)

मुख्य पात्र : (बावचळलेला. पण मग धीर एकवटून) ते काही नाही. मी नीट परत येईन. हे असं नेहमीच चालणार. जागतिक परिस्थिती अस्थिरच राहणार. म्हणून मी काय कधीच माझं स्वप्न जगायचं नाही, नाना? आम्ही काय कधी सायकल-यात्रा करायची नाही?

नाना : अरे तूर्तास नको इतकंच तिचं म्हणणं. दिवस बरे नाहीत.

मुख्य पात्र : पुढे बरे दिवस येण्याची गॅरंटी देता? देता गॅरंटी नाना? देतेस आई?

आई : (नाकाने एकदा 'सू' करून) मी कुठली देणार? मी का पंतप्रधान आहे का हे राष्ट्रपती आहेत ग्यारंटी द्यायला? पण मी सांगते, तू पुढल्या वैशाखात जा. चांगलासा मुहूर्त बघू भटजींना बोलवून. मी कपिला-पंचमीचं व्रत करीन. मग तू जा दोन-चार दिवस. मी तुला अडवणार नाही.

मुख्य पात्र : (गळणारा धीर एकवटून) नाही, मी आजच जाणार. मी आजच जाणार, सांगतोय.

नाना : मग काळोख पडायच्या आत तेवढा परत ये.

मुख्य पात्र : हे काय नाना? मी एवढा मोठा झालो तरी काळोख पडायच्या आत घरी काय म्हणून परत यायचं?

आई : अरे हेसुद्धा येतात हो.

मुख्य पात्र : ते काही नाही. मी सांगतो, काळोख पडला तरी आज मी परत येणार नाही. उद्या नाही. परवा नाही. तेरवा नाही –

[आई गळा काढून रडू लागते. नाना आईचे शोकपूर्ण सांत्वन करतात.]

मुख्य पात्र : हे काय ग आई? तू एवढं रडायला मी काय... मेलो?

[आई आणखीच रडू लागते.]

नाना : (भरल्या गळ्याने) तुला जन्म देऊन तुझं तळहातावरच्या फोडानं लाजावं असं संगोपन करणाऱ्या तुझ्या जन्मदात्रीला लागट बोलतोस?

मुख्य पात्र : माझं स्वप्न मला खरं करायचंय. ते खरं केलं नाही तर मी कायमचा दुःखी होईन. चालेल तुम्हाला हे, नाना? चालेल तुला, आई?

आई-नाना : (गहिवर रोधत) नाही रे. कुठेही अस, सुखी अस.

आई : इतक्यांदा तू आपल्या ग्यालरीत जाऊन उभा राहिलास, मी काही म्हटलं का?

नाना : संडासात जायला तर तुला मीच शिकवलं. हात धरून न्यायचा.

मुख्य मात्र : होय, आई-नाना, हे जे तुम्ही माझ्यासाठी केलंत त्याचं ऋण मी काही केलं तरी फिटणार नाही. पण आता मी संडासापलीकडल्या उघड्या जगात जाण्याची वेळ आली आहे. तिकडे जाण्यासाठी तुम्ही मला निरोप द्या. (दोघांपुढे बाल शिवाजीप्रमाणे गुडघे टेकतो.) आई निरोप दे. नाना निरोप द्या.

[आई कशीबशी आतून दही आणून हुंदका आवरीत त्यांच्या हाती घालते. त्याला अंगारा लावते.]

आई-नाना : (गहिवरामुळे शब्द चावत) जा पोरा, सायकलवरून पडू नकोस.

उतरताना एक पाय टेकून उतर. सायकल पळत असताना शिंकू नकोस, खाली उतरून शिंक. गाड्या-घोडे वाटेत येतील. राजकारणातले लोक भेटतील. त्यांच्यापासून दूर राहा. माया-मोह टाळ. मन घट्ट करून आम्ही तुला आशीर्वाद देतो. तुझी यात्रा सफळ होवो.

मुख्य पात्र : (उठत) थँक यू नाना. थँक यू आई. अँड बाय बाय. [खाली काढून ठेवलेले रक्-सॅक पाठीवर चढवतो. सायकलकडे पोचतो. टोपी सारखी करून सायकलवर स्वार होतो.] आय ॲम गोइंग आफ्टर माय ड्रीम, डॅडी-मम्मी. बाय बाय. [पॅडल मारू लागतो. नाना-आईंना हात हलवून निरोप देतो.]

[डोळे पुसणारे नाना-आई मागे मागे जात विंगेत दिसेनासे होतात. आता फक्त मुख्य पात्र बिनचाकांच्या सायकलीवर. एकटा उरल्यावर प्रथम घाबरलेला. मग धीर चेपू लागतो. पॅडल मारतो आहे. वाहने चुकवतो आहे. वाहने मागे जात आहेत. वाहने दिसत नाहीत; ती कल्पनेने पाहायची.]

मुख्य पात्र : तर असा मी (आवंढा गिळून) यात्रेला निघालो आहे. (पॅडल मारतो. थांबून) खरंच निघालो की स्वप्नबिप्न आहे? (उतरून चिमटा काढून) नाही, खरंच निघालो आहे. [पुन्हा काही आवंढे गिळतो. मग सायकलवर स्वार होऊन पॅडल मारीत] स्वप्न खरं होत आहे. (मागे वळून पाहून) घर मागे राहिलं. कुठंच दिसत नाही. [उतरू पाहतो. स्वत:लाच आवरतो. पुन्हा पॅडल मारत] नाना-आई दिसत नाहीत. आमची आळीदेखील मागे पडली असावी. नक्की सांगता येत नाही, कारण आळीतसुद्धा मी कधी फिरलो नव्हतो. पण काहीतरी मागे पडलं ती बहुधा आळीच असावी. [एकदम विलक्षण घाबरा होतो. इतका की, सायकलवरून पडणार. पुन्हा सावरतो. मग मूडमध्ये येतो. पॅडल मारतोच आहे.] ये ब्बात! मजा आ रहा है. [काही वेळ पॅडल मारत राहतो. पुन्हा घाबरा होतो. पुन्हा पॅडल मारत राहतो.] कानाला वारा लागतो आहे. वारा पीत आमची सायकल वर्ल्ड ट्रॅव्हलला निघाली आहे. पॅडल मारताना लोण्यावर पाऊल दाबल्यासारखं वाटतं आहे; कारण या यात्रेसाठी मी या सायकलची तशीच मरम्मत केली आहे. सायकल एकदम टॉपमध्ये आहे. [पॅडल मारतो. घंटी वाजवतो एक-दोनदा. आता बराच हलका झाला आहे.]

[काल्पनिक दार उघडून एकजण दारावाटे बाहेर, रंगमंचावर येऊन उभा राहतो.]

एकजण : काय आहे? घंटी का मारली? दाराची घंटी का मारली?

मुख्य पात्र : (सायकलवरून उतरून) कुणी मारली? मी ही बेल वाजवली. माझ्या सायकलची. मी यात्रेत आहे यात्रेत.

एकजण : मला वाटलं दाराची बेल. पुन्हा वाजवू नको.

मुख्य पात्र : पण मी वाजवलीच नाही दाराची बेल.

एकजण : तेच. वाजवू नकोस.

[एकजण काल्पनिक दारावाटे आत जाऊन अंतर्धान पावलेला.]

मुख्य पात्र : (जरा घोटाळ्यात. मग) कमाल आहे. या जागुष्टेकाकांना दाराची बेल आणि सायकलची बेल यातला साधा फरकसुद्धा कळत नाही! (पुन्हा सायकलवर स्वार होऊन) वा! मजा येते आहे. कल्पनेत सायकलवरून जगाची सफर करताना अशी मजा कधीच आली नव्हती. प्रत्यक्षातली मजा काही औरच आहे. [पॅडल मारतो आहे. एका गाण्याची ओळ पॅडलच्या लयीत म्हणतो. पुन्हा अस्वस्थ.] अरेच्च्या! [सायकल मंद चालवत शेवटी उतरतो.] प्रश्न आला. इथे एकाचे तीन रस्ते होतात. हा एक. हा दुसरा. तो तिसरा. आतापर्यंत एकच होता तोपर्यंत काही भानगड नव्हती. चिंता नव्हती. आता तीन एकदम? आता पुढे कुठे जायचं? कुठला रस्ता बरोबर? (वैतागत) हे तीन रस्त्यांचं काय प्रकरण निघालं? एकच रस्ता का असत नाही? आपलं डोळे मिटून जात राहावं. ते... [चिंताग्रस्त, मूढ.]

[वाटाड्या येतो.]

मुख्य पात्र : हा माहीतगार दिसतो. यालाच विचारावं. [जाऊन नमस्कार करतो.]

[वाटाड्या नमस्कार करतो.]

जरा एक विचारायचं होतं.

वाटाड्या : एक का, तीन विचारा.

मुख्य पात्र : (घाईने) नको. एक पुरे आहे. हे रस्ते कुठे जातात?

वाटाड्या : हा इकडे. तो तिकडे. तो त्या तिकडे. ते काय. जाताना दिसतातच आहेत.

मुख्य पात्र : नव्हे, यातला बाहेर कुठला जातो? बाहेर – गावाच्या बाहेर!

वाटाड्या : तीनही जातात.

मुख्य पात्र : तीनही जातात?

वाटाड्या : हो.

मुख्य पात्र : (प्रेक्षकांना) हा आणखीच पेच. (वाटाड्याला) ते ठीक आहे पण यातला कुठला रस्ता गावाच्या जास्त बाहेर जातो? एकच रस्ता – इतर दोहोंपेक्षा गावाच्या जास्त बाहेर जाणारा –

वाटाड्या : (दाखवीत) हा जातो.

[मुख्य पात्र सायकलवर टांग टाकतो.]

पण तसा हादेखील जातो.

[मुख्य पात्र वांध्यात.]

हासुद्धा तसा वाईट नाही. बाहेरच जातो.

[मुख्य पात्र वैतागलेला.]

काय झालं? तुम्हाला गावाच्या बाहेरच जायचं ना? मग घ्या की राव तो रस्ता. किंवा हा घ्या किंवा हा घ्या.

मुख्य पात्र : (वैतागून) तुमचं म्हणणं काय, मी तीनही रस्त्यांनी एकदम जाऊ?

वाटाड्या : (वैतागत) एकेका रस्त्यानं तीन वेळा जा. तुमची अडचण काय तीच मला समजत नाही. रस्ते तीनही गावाबाहेरच जातात. तुम्हाला गावाबाहेर जायचं आहे.

मुख्य पात्र : अहो पण मला निवड केली पाहिजे ना? कोणता तरी एकच रस्ता मला निवडायचा आहे आणि तुम्ही माझा बुद्धिभेद करताहात.

वाटाड्या : असं म्हणा की. मग घ्या, हा रस्त्या घ्या. निघा पुढे. हूं. जा.

मुख्य पात्र : (पुन्हा सायकलवर टांग टाकलेली) नक्की ना? फसवणूक नाही ना होणार? पश्चात्ताप नाही ना करावा लागणार?

वाटाड्या : आता तुम्ही म्हणता तर होईलसुद्धा.

मुख्य पात्र : होईलसुद्धा?

वाटाड्या : हो. होईलसुद्धा. शेवटी मी तरी काय बृहस्पती आहे? माणूस आहे, माणूस चुकतो.

मुख्य पात्र : (वैतागलेला) मग मी काय करू?

वाटाड्या : ते मी काय सांगू? जमेल ते करा. किंवा काही सुचत नसेल तर एक युक्ती आहे.

मुख्य पात्र : (उत्सुकतेने) काय आहे?

वाटाड्या : ओली-सुकी. ओली-सुकी करायची.

मुख्य पात्र : हरकत नाही. (खिशातून नाणे शोधून काढतो.) हूं. हे नाणं. तुम्हीच फेका. पण नीट फेका. नाहीतर दोन्ही बाजूंना पडायचं!

वाटाड्या : नीट फेकतो, काळजी करू नका. एकाच बाजूला पडेल. ही बाजू, हा रस्ता. ही बाजू, तो रस्ता. ठीक आहे?

मुख्य पात्र : थांबा! या तिसऱ्या रस्त्याचं काय? त्याची काय व्यवस्था?

वाटाड्या : तो जाऊ द्या हो. नाण्याला दोनच बाजू असतात.

मुख्य पात्र : पण रस्ते तीन आहेत ना.

वाटाड्या : मग बोंबला. तीन बाजूंचं नाणं मिळालं पाहिजे. बसा राव. कुठंच जाऊ नका.

मुख्य पात्र : ते शक्य नाही! मी जगप्रवासाला निघालो आहे आणि तुम्ही मला कुठंच न जाण्याचा सल्ला देता? मला नाउमेद करता? नाना आहात! आई आहात आई!

वाटाड्या : हां, आईवरनं शिवी देण्याचं काम नाही, सांगतोय! आपण खपवून घेत नसतो.

मुख्य पात्र : पण मी दिलीच नाही शिवी. माझ्यावरचे संस्कार वेगळे आहेत. आमचे नाना, आई –

वाटाड्या : पुन्हा आई!!

मुख्य पात्र : मी फक्त सांगत होतो – म्हणजे आमच्या – माझ्या आईबद्दल सांगत होतो.

वाटाड्या : गुमान निघा आता. जंटलमेन दिसलात आणि आईमाई उद्धरताय!

मुख्य पात्र : पण –

वाटाड्या : आता निघताय का...

[मुख्य पात्र गडबडीने सायकलवर बसतो. पॅडल मारतो. वाटाड्या मागे मागे जात विंगेत दिसेनासा होतो.]

मुख्य पात्र : (काही वेळ नुसतेच पॅडल मारल्यावर) खवाय अजब असतात एकेक... अडाणीच होता... समजून घेण्याची इच्छा नाही... असा राग आला होता, म्हटलं जाऊ दे. आपल्याला कुठे वेळ आहे? आईवरनं शिवी म्हणे... पण गावाबाहेरचा रस्ता तर मिळाला. तर मी काय म्हणत होतो, दुचाकीवरून जगप्रवासाची आपग काय तयारी केली नाही विचारा. मुख्य म्हणजे दुचाकी. जिच्यावरून जगप्रवास करायचा तिचा अभ्यास हवाच. आपण तो केला. जगातली पहिली दुचाकी कुठे आणि कधी निघाली?

अठराव्या शतकात फ्रान्स देशात तयार झाली. मग ती इंग्लंडमध्ये पोचली. पण तिला पॅडल नव्हते. जमिनीवर पाय मारीत ती चालवीत. यामुळे काय होई? जोडे झिजून लौकर फाटत. त्यामुळे श्रीमंतांनाच ही जोडे फाडणारी दुचाकी परवडे. (भोवती पाहत, पॅडल मारत) गावाबाहेर तर आलो. म्हणजे गाव सुटलं. एकेक पाश तुटू लागला. जगप्रवास करणारा प्रवासी आझाद होतोय. ही पाटी कसली? [उतरून वाचतो. शंकित. पुन्हा वाचतो.] काही गडबड तर नाही? [मुद्रेवर चिंता. पाटी पुनःपुन्हा वाचतो.] पण असं कसं होईल? गावाबाहेर जाणारा रस्ता पुन्हा गावात कसा येईल? म्हणजे काय मी पुन्हा आमच्या गावाशी आलो? गाव सोडून पुन्हा गावाशी आलो? काहीतरी चूक होत असावी. एक गाव सोडल्यावर पुन्हा त्याच गावात आपण कसे शिरू? गावाला तेच गाव कसं टेकलेलं असेल? त्या अर्थी हे दुसरं गाव असायला हवं. पण नाव आमच्याच गावाचं कसं? छेः! घरातून बाहेर पडल्यापासून डोकेदुख्या सुरू! नीट चौकशी केली पाहिजे. [इकडे तिकडे पाहतो. कुणीच दिसत नाही.]

शहाणा : (फक्त आवाज) मी आहे.

मुख्य पात्र : (शोधत) आहे? कोण आहे? कुणीच दिसत नाही!

शहाणा : (समोर येऊन) हा काय. पहा म्हणजे दिसेल.

मुख्य पात्र : (बरे वाटून) वा वा वा! बरे भेटलात. काय आहे की मी याच गावचा. म्हणजे या पाटीवर लिहिलं आहे त्या गावचा. दुचाकीवरून जगप्रवासाला निघालो. गावाबाहेर जाणाऱ्या रस्त्याने आलो. म्हणजे मी गावाबाहेर यायला हवा. नाही का? पण गंमत काय की बघतो तर पुन्हा आपला गावात जायच्या वाटेवर मी उभा! म्हणजे बघा. गावाबाहेर नेणारा रस्ता. मी त्या रस्त्याने इथवर. तर ही पाटी. पुन्हा गावातच नेणारी! आहे की नाही?

शहाणा : आहे, आहे. इस्पितळातून कवा सुटला?

मुख्य पात्र : इस्पितळातून?

शहाणा : येड्यांच्या.

मुख्य पात्र : येड्यांच्या?

शहाणा : तर काय! काय राव चालवलंय. (मुख्य पात्राला धरून त्याचे अबौट टर्न करतो.) आता बघा. काय दिसतं? हे तुम्ही. ही मागे पाटी. आला का गावातनं? आता ते तिकडं बाहेर. (लांब बोट दाखवतो.) हूं.

[मुख्य पात्र बावचळून हे ताडून पाहतो.]

मुख्य पात्र : खरंच की! पण - म्हणजे - थांबा! मी - मी कुठून आलो?

शहाणा : पोटातून - आयच्या. [निघून जातो.]

मुख्य पात्र : समजावून घेण्याचीच इच्छा नाही. माझा गोंधळ असेल पण प्रामाणिक आहे. [पाटीकडे पाहतो.] ही पाटी. मी इथून असा आलो. ही गावाबाहेरची वाट. ही पाटी. हा मी. हे गाव. (प्रकाश पडून) आय सी! अगदीच साधी गोष्ट. गाव संपताना गावाची पाटी असणारच. आणि ती गावाकडेच निर्देश करणार. म्हणजे मी पुन्हा गावात जातो असा त्याचा अर्थ नाही काही होत. मी हा असो बाहेर जाणार. आय सी... आय सी. मग गोंधळ का व्हावा? असे गोंधळ पुन्हा होता नयेत. चलो, आगे बढो. आय ॲम ऑलरेडी बिहाइंड शेड्यूल. वेळ गमावून चालणार नाही. [सायकलवर स्वार. पॅडल मारू लागतो.] प्रवासात शिक्षण होतं. ज्ञानात मौलिक भर पडते. ज्ञानावरून आठवण झाली. जमिनीवरून पाय मारीत पळवण्याच्या त्या पहिल्या दुचाकीनंतर दुसरी दुचाकी कुणी बनवली? सांगा! कर्क पॅट्रिक नावाच्या लोहाराने. ही पॅडल असलेली पहिली दुचाकी. कर्क पॅट्रिक लोहार आपल्या त्या सायकलवर बसून चाळीस चाळीस मैल म्हणे जायचा. (सुचून) मी किती मैल आलो बरं? हे इथे स्पीडोमीटर आहे. [सायकलच्या हँडलला पक्के केलेले स्पीडोमीटर पाहत] सहा किलोमीटर. मी सहा किलोमीटर आलो. म्हणजे वाईट नाही. सुरुवातच आहे. पुढे वाढेल स्पीड. तर एक दिवशी कर्क पॅट्रिक सायकलवरून जात असताना त्याच्याकडून झाला - काय झाला? अपघात. सायकलखाली पोर आलं.

[आत ओरडा ऐकू येतो. घाबरून मुख्य पात्र सायकलवरून उतरतो.]

हा ओरडा कसला?

[अ, ब, क, ड गोंगाट करत येतात.]

अ, ब, क, ड : (मुख्य पात्राला) लाफा चढवीन! दात पाडीन! हाड नाय ठेवणार बॉडीत भँचो... मारो सालेको! लगाव एक!

मुख्य पात्र : (बोबडी वळलेली) पण मी... कर्क... पॅट्रिक...

अ, ब, क, ड : भडव्या कोंबडी भरून दे! दे भरून!

मुख्य पात्र : कोंबडी? कुठ्... कुठे आहे... कोंबडी? कसली कोंबडी?

अ : कसली कोंबडी विचारतो भँचो...

ब : बापाची कोंबडी! आयची कोंबडी!

क : हगवून घेईन! कोंबडी टाक!

मुख्य पात्र : (बोबडी वळलेली) पण का... काय... कोंब्....

ब : कोंबडी मारून पळतो भँचो...

मुख्य पात्र : (सात्त्विक संतापाने) को... कुणी... मारली... कोंब...?

क : तू. आणखी कुणी?

मुख्य पात्र : मी? पण... मी ... शाकाहारी... कोंबडी खात नाही... आईशप्पथ! खात नाही तर कशाला...

ड : भंकस नकोय! तुझ्या सायकलखाली आमची कोंबडी मेली.

मुख्य पात्र : सायकलखाली? अहो पण सायकलखाली काहीच आलं नाही.

ब : आली. आमची कोंबडी आली.

ड : आणि मेली.

मुख्य पात्र : (गयावया) पण... नानांना विचारा हवं तर... सायकलखाली आतापर्यंत... काहीसुद्धा –

ब : नाना गेला 'गा'च्या 'गा'त... कोंबडी भरून दे भडव्या, नाय तर सायकलच तोडतो! [सायकल पकडतो.]

मुख्य पात्र : नको! सायकल नको! प्रार्थना करतो तुमची. काय आहे की, सफर... दुचाकी... आय मीन, जगाची... महत्त्वाची.. (हात जोडलेले) भारत...

क : पैशे टाक! पन्नास रुपये.

मुख्य पात्र : पन्न्... पन्नास...

अ : हा, पन्नास रुपये! पन्नास रुपयाची मुर्गी होती. इलायती होती इलायती.

ड : निसती नव्हे, शाण्णव कुळी इलायती.

ब : नाय तर सायकल – [पुन्हा सायकलला हात घालतो.]

मुख्य पात्र : नको – देतो... [रक–सॅकमधून शोधून एक थैली काढून, तिच्यातून आणखी एक थैली काढून, तिच्यातून अजून एक थैली काढून तिच्यातून पन्नास रुपये मोजून कष्टाने देतो. मग न राहवून] पण मी कोंबडी मारली नाही, सांगतोय. उगाचच... बालंट...

अ, ब, क, ड : (डोळे वटारून) बालंट?

मुख्य पात्र : (गडबडून) नाही, बालंट नाही..

अ, ब, क, ड : [खूश होऊन मुख्य पात्राच्या पाठीत धबके घालून] तू नाही

पण तुझ्या बाने मारली होती कोंबडी. रामराम.

[अ, ब, क, ड जातात.]

मुख्य पात्र : (हडबडलेला. आता जरा सरळ होत) बाने मारली होती म्हणे कोंबडी! एऽक दिली असती ठेवून एकेकाच्या. नानांवर हा आळ? केवढा सोवळा माणूस तो! अंडंसुद्धा खात नाही. तो काय कोंबडी मारील? (प्रेक्षकांना पाहून) जाऊ दे. येतात प्रसंग. प्रत्येक जगप्रवास-वर्णनात असतात. म्हणजे हे नाही पण असेच. वाईट इतकंच की हा जास्तीचा खर्च झाला. मूळ बजेटात आयत्या वेळच्या खर्चाच्या तरतुदीत ही तरतूद नव्हती. [अंगावरचे कपडे नीटनेटके करून पुन्हा सायकलवर स्वार होतो.] चला. [पॅडल मारू लागतो. 'हम चले हम चले हम चले' किंवा असे काहीतरी सायकलवरचे फिल्मी गाणे थोडे म्हणतो. मग प्रेक्षकांना] येस. तर आपण बोलत होतो... कशाबद्दल? सायकलीबद्दल. गंमत म्हणजे कर्क पॅट्रिकला लोकांचा तो तसा मार पडला आणि दोन चाकी सायकली कुणी बनवेनासंच झालं. हो, म्हणजे उगाच कुणाची कोंबडी... कोंबडी नाही, पोर... सायकलीखाली आलं तर घ्या काय. म्हणून मग सायकली बनवू लागले ते तीन नाहीतर चार चाकांच्या. चार चाकांच्या सायकलीत सायकलीवर बसण्याचं थ्रिल्ल कुठून असणार? (एकम लक्षात येऊन थांबत) ओहोहो. [सायकलीवरून उतरतो.] ओहोहोहो. क्या बात. बोलण्याच्या भरात लक्षच गेलं नाही. काय सीनरी आहे! टीव्हीवरच्या दृश्याच्या तोंडात मारील. सूर्यनारायण मावळतीला निघाला आहे... पश्चिमा लाजून गुलाबी झाली आहे... पक्षी घरट्यांकडे... प्रवासवर्णनातला देखावा आहे. [दीर्घ श्वास घेतो. पाहत राहतो. मुद्रा धुंद.] भगवान सूर्यनारायणा, प्रणाम. सहस्ररश्मी भास्करा, लक्ष लक्ष प्रणाम. आता आपली भेट जगप्रवासाच्या वाटेवर, सफरीच्या नव्या टप्प्यावर. उद्या सकाळी. [दीर्घ श्वास घेतो. इथे मुख्य पात्रामागे दोघे येऊन उभे.]

मुख्य पात्र : (त्यांना पाहून) ऊं? आपण...? म्हणजे?

पहिला : आमी सुर्वे. भास्करराव म्हनत्यात आमाला.

दुसरा : आमी नारायन.

मुख्य पात्र : (गोंधळून दोघांना आळीपाळीने पाहत) हो का. वा वा वा. म्हणजे अगदी बोलाफुलालाच गाठ... म्हणतात तशी... (आवंढे गिळीत) वा सुर्वेराव. वा नारायणराव. अलभ्य लाभ. (प्रेक्षकांना) हे काय प्रकरण?

दोघे : व्हय. अलभ्य लाभच की.

मुख्य पात्र : (घाबरल्याचे न दाखवण्याचा प्रयत्न करत) इकडे कुठे... वाट... वाकडी केली...

नारायणराव : आमी नाही, आपून केली. वाट वाकडी.

भास्करराव : ही आमची वाट.

नारायणराव : वहिवाट.

भास्करराव : आमची प्रापर्टी हाय. त्या ऽ दरडीपास्नं.

नारायणराव : आपून तिच्यात घुसला हाय.

भास्करराव : बेकायदा घुसला हाय. ट्रेसपास.

नारायणराव : आमी आपनावर केस घालू शकतो. (भास्कररावला) घालायची का?

भास्करराव : घालू तेच्या मायला. पर आदुगर अटकावून ठेवू.

नारायणराव : हां. ते तर करायलाच होवं. घालू कोंडून आपला वकील येस्तवर. (मुख्य पात्राला समजावीत) लायर, लायर. त्योच.

भास्करराव : वकील तरी मायचा टायमावर येतूय का काय? दोन दोन दिस घेतंय.

मुख्य पात्र : अहो पण ट्रेसपास कसला, मी आपला असाच चाललो होतो –

नारायणराव : ती बघा पाटी. ट्रेसपास विल बी परशीक्युटेड, विंग्रजीत हाय. गंजली हाय, पर हाय का नाही? आणिक तुम्ही घुसला शिध्धे!

मुख्य पात्र : (गयावया) तसा हेतू नव्हता माझा – आईशप्पथ! मी जगप्रवासाला निघालो होतो, सायकलवरून. ही सायकल पाहा ना. हा मी. ही तयारी पाहा. ट्रेसपास करण्यात मला काय बरं इंटरेस्ट? म्हणजे मला माहीतदेखील नव्हतं की... ही... तुमची प्रॉपर्टी आहे... मी आपला...

भास्करराव : पाटी?

नारायणराव : ती बी विंग्रजीत!

मुख्य पात्र : पण ती दिसलीच नाही ना. नानांशपथ.

भास्करराव : न का दिसून्द्या. आता दिसली का नाही?

मुख्य पात्र : हो – म्हणजे आता दिसलीच!

नारायणराव : मग अध्याप तुमी आमच्या प्रापर्टीवर काय म्हनून? काय म्हनून

तुमी आमच्या प्रापर्टीवर बेकायदा उभे राहाता? त्यार्थी ट्रेसपासचा हेतू हाय.

भास्करराव : साला खपवून घेतलं जानार न्हाई!

नारायणराव : (मुख्य पात्राचा दंड पकडून) चला, त्या घरात चला. चला चला.

मुख्य पात्र : (गयावया) नको... नाही... म्हणजे की – कोंडून वगैरे घ्यायला वेळ नाही, वेळ... जग... प्रवास... दु... दुचाकीवरून...

भास्करराव : आता हुंद्या तुमचा परवास त्या घराच्या गोठ्यात. म्हशीवर बसा म्हशीवर. ती हाय संगतीला.

मुख्य पात्र : गोठ्यात? नको! मला खरंच म्हणजे वेळ नाही. एवढासुद्धा नाही. भेटू पुन्हा; परत येताना... [घाईने सायकल धरू बघतो; तिचा ताबा नारायणरावाने घेतलेला. मुख्य पात्र हताश.] म्हणजे अगदी नकळत मी तुमच्या प्रॉ – प्रॉपर्टीमध्ये... आणि तुम्ही... हे इतकं...

भास्करराव : कोडतात सांगा कोडतात.

नारायणराव : मस्त धा वर्सं चालंल केस.

मुख्य पात्र : (गळाठलेला) दहा... वर्षं... पण मग... मी... जगप्रवास... केव्हा करू? (सुचून) मी तुम्हाला हवं तर देतो – पै – पैसे – पैसे देतो.

भास्करराव : (हुशारून) पैशे देता? (नारायणरावला) काय सुर्वे, काय म्हंता? [डोळा घालतो.]

नारायणराव : (उलट डोळा घालून) ठीक हाय. देऊन्द्या देत्यात तर.

[घासाघीस करून थैलीतून थैली थैलीतून थैली वगैरे काढून पैशांची देवाण. दोघे जातात.]

मुख्य पात्र : (थैलीत थैली, ती आणखी थैलीत अशी निरवानिरवी करत प्रेक्षकांना) समाजातील खालच्या वर्गात अलीकडे नैतिक मूल्यांचा वगैरे ऱ्हास होत चालला आहे असं नाना म्हणतात ते एकूण खरंच तर. माणुसकी नावाची गोष्ट उरली नाही. जो उठतो तो करप्ट! आजपर्यंत नानांकडून ऐकून होतो, आज प्रत्ययच आला. आयत्या वेळच्या खर्चात हादेखील आयटेम नव्हता. जादा खर्च; म्हणजे यानंतर कुठेतरी काटकसर. [सायकलवर स्वार होऊन पॅडल मारू लागतो.] तर दुचाकीची तीन चाकी, चार चाकी होत पुन्हा तिची दुचाकी झाली ती एकदम अठराशे साठात. हिचं पुढलं चाक भलंमोठं आणि मागचं पिटुकलं पिल्लू

होतं आणि पुढल्या चाकाच्या पॅडलला ते साखळीनं जोडलं होतं. बोन शेकर म्हणजे हाडं खिळखिळी करणारी म्हणूनच हिला ओळखू लागले. आणि तीन इसम अशा तीन 'हाडं खिळखिळ्यां'वरून त्रेपन्न मैल चौदा तासात गेले तेव्हा पेपरांनी त्यांचं जाम कौतुक केलं. पण मग दोन इसम हेच अंतर अकरा तासात चालून गेले तेव्हा पेपरवाले म्हणाले, 'हात्त्याच्या आपण उगीच कौतुक केलं.' तेव्हा त्यांनी सायकलवाल्या तिघांची हुर्यो उडवून चालणाऱ्या दोघांचं कौतुक केलं. याचा अर्थ एकच. पेपरवाले तेव्हाही आजच्यासारखेच होते. नाना म्हणतात, 'सरशी तिथे पेपरवाले.' (एकदम लक्षात यावे तसा) अंधार पडू लागला. तरी म्हणालो, असं काय होतंय, असं काय होतंय. नीट दिसत का नाही? रस्ता निर्मनुष्य आहे. प्रवासवर्णनात अशा वेळी नेमके... वाटमारे गाठतात. (घाईने) म्हणजे गाठतातच असं नाही काही, पण हे लक्षात घेऊन मी एक आधुनिक खबरदारी घेतली आहे. त्यामुळे मी सुरक्षित आहे. पण एकूण म्हणालो. मी घेतलेली खबरदारी उघड करणं सुरक्षिततेच्या दृष्टीनं योग्य होणार नाही. (न राहवून) पण गुप्तपणे सांगायचं तर [सायकलीवरून उतरतो. रक्-सॅकमधून एक उपकरण हळूच काढतो.] हा बर्गलर अलार्म ऊर्फ दरवडेखोर आला असता वाजणारी धोक्याची घंटी. [घंटी जोरजोराने वाजू लागते. दरवडेखोर येऊन उभा. मुख्य पात्राच्या आटोकाट प्रयत्नांनी घंटी एकदाची वाजण्याची बंद होते.]

मुख्य पात्र : (घंटी बंद झाल्याची खात्री करून घेऊन प्रेक्षकांना) दरवडेखोर किंवा वाटमाऱ्या येण्याचीच खोटी. की ही वाजू लागणार.

दरवडेखोर : मी आलो आहे.

मुख्य पात्र : (अंधार - म्हणजे नाटकातला - असल्यामुळे चौफेर पाहून प्रेक्षकांना) कुणी बोललं काय?

दरवडेखोर : मीच बोललो.

मुख्य पात्र : कोण तू?

दरवडेखोर : मी दरवडेखोर.

मुख्य पात्र : दरवडे... खो... पण तू का आलास?

दरवडेखोर : माझ्यासाठी घंटी वाजवली म्हणून आलो.

मुख्य पात्र : घंटी... तुझा चुकीचा समज दिसतो. तू म्हणजे दरवडेखोर आला म्हणजे ही घंटा वाजणार. आता ही चुकीची वाजली.

दरवडेखोर : तुमचा समज चुकीचा आहे. ही धोक्याची घंटी दरवडेखोरानं यावं म्हणून आहे.

मुख्य पात्र : शक्य नाही.

दरवडेखोर : मग मी कसा आलो? आधी घंटी वाजली –

मुख्य पात्र : तू येतो आहेस हे अंधरात या घंटीला कळलं असलं पाहिजे.

दरवडेखोर : चूक. मी या बाजूने जात असता मला घंटी ऐकू आली. माझ्या मनात विशिष्ट संवेदना जाग्या झाल्या. आत कुणीतरी म्हणालं, तुला गेलं पाहिजे. तुला गेलंच पाहिजे. म्हणून मी आलो.

मुख्य पात्र : विलक्षणच दरवडेखोर दिसतोस. साहित्यिकासारखा बोलतोस.

दरवडेखोर : (पिस्तूल उपसून) हां, भलते शब्द उच्चाराल तर गोळ्या घालीन! (पिस्तूल खिशात ठेवून) मी मनोविश्लेषणात्मक दरवडेखोर आहे. म्हणजे दरवडे घालीत असतानाच माझे मनोव्यापार अभ्यासण्याची मला लहानपणापासून सवय आहे. ही तुमची धोक्याची घंटी माझ्या अभ्यासात महत्त्वाची ठरणारी आहे. कारण हिनं माझ्या मनात संवेदना जाग्या केल्या. त्या का केल्या? कोणत्या प्रकारच्या त्या संवेदना होत्या? ही ऐकून मी का आलो?

मुख्य पात्र : शक्य नाही. दरवडेखोरापासून खबरदारी म्हणून ही घंटी बनवली आहे, असं हिच्याबरोबरच्या छापील पुस्तिकेत म्हटलं आहे. छापील मजकूर चूक नसतो.

दरवडेखोर : बनावटीत चूक झाली असेल. कारण हिच्यामुळे पळून जाण्याऐवजी इथं येण्याची संवेदना माझ्या मनात जागी झाली. काही असलं तरी दरवडा घालून ही घंटा मला पळवणं भाग आहे. (पिस्तूल काढून रोखतो.) बऱ्या बोलानं घंटी माझ्या स्वाधीन करा.

मुख्य पात्र : (प्रेक्षकांना) पुन्हा भानगड! धोक्याची घंटी पळवणारा दरवडेखोर म्हणजे हद्द झाली. (दरवडेखोराला) त्याऐवजी तू... असं कर... पैसे घे पैसे. पण नको. नाहीतर हे घड्याळ घे वाटल्यास. ऑटोमॅटिक आहे. याचासुद्धा गजर होतो! अलार्म!

दरवडेखोर : (पिस्तूल रोखलेलेच) घंटी! घंटी माझ्या स्वाधीन करा नाहीतर फुकट प्राणाला मुकाल.

मुख्य पात्र : (स्वत:शी म्हणजेच प्रेक्षकांशी) पेचच आहे. घंटी देऊन टाकावी तर नंतरच्या प्रवासात प्राण धोक्यात येणार. प्राण देऊन टाकावेत तर... पण

हे फारच झालं. प्राण ही तशी देण्याला कठीणच गोष्ट. प्राण का घंटी? घंटी का प्राण? (सुचून) दरवडेखोर, मी तुला आणखी एक गंमत दाखवतो. (रॅक्-सॅकमधून बॉक्स कॅमेरा काढतो.) हा बघ. हा कॅमेरा. हा स्पेशल कॅमेरा आहे. उजेडात हा मनोव्यापारांचे फोटो घेतो, काळोखात काळोखाचे. शिवाय पिस्तुलाचा कंटाळा आल्यास यानेही माणसं शूट करण्याची उत्कृष्ट सोय. तुला उपयुक्त चीज!

दरवडेखोर : (पिस्तूल खाली करून) बघू. [कॅमरा हिसकावून घेतो. तो पाहतो. मग तो रोखून] आरडाओरडा कराल तर शूट करीन! तोंड बंद. दोन्ही हात वर. पाय खाली. स्टेडी! एकदम स्टेडी! [कॅमेरा क्लिक करतो. फ्लॅश उडतो. दरवडेखोर कॅमेऱ्यासकट पळून जातो.]

मुख्य पात्र : (तो गेल्याची खात्री करून घेऊन) घंटीवर बेतलं होतं, कॅमेऱ्यावर निभावलं. नाहीतरी मन्या गोडबोलेचा उसनाच आणला होता. गेला तर गेला. नाना म्हणतातच, मी डोक्याचा तसा बरा. ते आता पटलं. आत्मविश्वास वाढला. कॅमेरा गेला पण आत्मविश्वास वाढला. या अंधारातसुद्धा कसं आत्मविश्वासपूर्ण वाटतं आहे! [छाती ठोकत जरा फिरतो.]
[सिंह येतो.]

सिंह : गुर्रर्र...

मुख्य पात्र : (प्रेक्षकांना) काय वाजलं?

सिंह : गुर्रर्रर्र...

मुख्य पात्र : पुन्हा वाजलं. हात्त्याच्या. पोटात अंमळ गॅसेस झाले आहेत, इतकंच. त्यांचा हा आवाज. त्यात काय. गॅस-गोची एक गोळी घेतली की साफ पोट. [रॅक-सॅकमधून गोळी काढून घेतो. ढेकर देतो.] वा! पोटाला आराम वाटला.

सिंह : गुर्रर्र...

मुख्य पात्र : हे पोटातले आवाज नक्की नव्हेत. पोटाबाहेरचे गॅस असेच वाजत असतील काय? अंधारात काहीच दिसत नाही. दिसत नाही ते एक वेळ ठीक, पण सुचत नाही.
[सिंह डरकाळीच फोडतो.]

मुख्य पात्र : (हडबडून आडवा. मग बसता होत) बाप रे! कुणी जंगली जनावर दिसतं आणि अंधारामुळे डोळ्यांत बोटं घातली तरी दिसत तर काहीच नाही.

सिंह : मला तू दिसतोस.

मुख्य पात्र : (प्रेक्षकांना) म्हणजे अंधारात दिसू शकणारा कुणी प्राणी असणार. पण यानं आणखी काही खुणा सांगितल्याशिवाय हा कोण हे माझ्या कसं बरं लक्षात येणार?

सिंह : सांगतो ना. मला मिश्या आहेत.

मुख्य पात्र : त्या अर्थी हा तसाच कुणी भारदस्त प्राणी असावा.

सिंह : लांब केस आहेत.

मुख्य पात्र : मिश्या आणि लांब केस... म्हणजे हा आइन्स्टाईन नावाचा गणिती तर नसेल? चित्रात तो असाच दिसतो. पण त्याचं इथं काय? तेव्हा हा कोणी अन्य असेल. आणखी काही खूण?

सिंह : दिवसा झोपतो. रात्री जागतो.

मुख्य पात्र : म्हणजे नक्कीच रात्रपाळी करीत असला पाहिजे. तुम्ही आमच्या आळीतले उदगावकर तर नव्हेत? ते वर्तमानपत्रात रात्रपाळ्या करतात म्हणून विचारतो. शिवाय त्यांना लांब मिश्या आणि काही केस पण आहेत.

सिंह : मी मांसाहारी आहे.

मुख्य पात्र : उदगावकर शाकाहारी... लांब केस, मिश्या, मांसाहार म्हणजे हा हमखास सारस्वत नाहीतर परभू असणार. काय हो, आपण मद्यपानदेखील करता काय?

सिंह : नाही. मधून मधून रक्तपान करतो.

मुख्य पात्र : काय! रक्तपान? हा सारस्वत किंवा परभू नक्कीच नव्हे. ही वेगळीच जात दिसते. कोण असावी? लक्षात नाही येत. अंधारात दिसतही नाही. (सुचून) मी हात लावून पाहू का? म्हणजे गुदगुल्या झाल्या तर सांगा, मी थांबेन.

सिंह : ओ. के.

[मुख्य पात्र हलकेच पुढे होऊन हात लांब करून सिंहाला चाचपू लागतो.]

मुख्य पात्र : (एकदम लक्षात येऊन हात मागे घेत) बाप रे! हा तर सिंह!! (गळाठलेला) आता...? यानं खाल्लं तर पंचाईत. जगाची नियोजित सफर राहून जाणार! [मग प्रयत्नांनी सावरतो.] (सिंहाला) आम्हाला माहीत आहे, तुम्ही मांजर आहात.

सिंह : काय? मांजर? हे मलाही माहीत नव्हतं.

मुख्य पात्र : म्हणजे पूर्वी कधीच कुणी म्हणालं नाही?

सिंह : नाही.

मुख्य पात्र : या अंधारातसुद्धा मला... म्हणजे कळलं. तुम्ही मला खाणारबिणार नाही काही. तुम्ही की नाही, उंदीर खाता. अधून मधून झुरळं. बस्स.

सिंह : हा खरंच मला मांजर समजतो की बतावणी करून निसटू बघतो आहे? (मुख्य पात्राला) मला वाटतं मी सिंह असावा. म्हणजे असू शकेन असं वाटतं.

मुख्य पात्र : तीच तर गंमत आहे. सर्व मांजरांना असंच वाटतं. उदाहरणार्थ, मला मी सुपरमॅन आहे असं कधी कधी वाटतं.

सिंह : मला मी लायन्स क्लबच्या आंतरराष्ट्रीय संघटनेचा चेअरमन आहे असं वाटतं.

मुख्य पात्र : मला कधी कधी आपण टारझन आहोत असं वाटतं.

सिंह : भेटला होता एकदा. खूप दंगामस्ती झाली. शेवटी मी त्याला खाल्ला.

मुख्य पात्र : (आवंढा गिळीत) खाल् – ला? इम्पॉसिबल! टारझनला सिंहानं खाल्ला असं नाहीच आहे कुठे?

सिंह : टारझन अनेक होते. मी त्यातला एक खाल्ला.

मुख्य पात्र : पुढे काय झालं?

सिंह : मी गुहेत परत जाऊन ताणून दिली.

मुख्य पात्र : (प्रेक्षकांना) युक्तीच केली पाहिजे. (सिंहाला उद्देशून) कशी ते दाखवा. ताणून कशी दिली ते दाखवा. मग आम्ही कबूल करू की तुम्ही सिंह आहात म्हणून.

सिंह : (प्रेक्षकांना) अगदीच खुळचट आहे. मला येडचाप समजतोय. याला काय खायचा? वातड असणार. तर आपण जावं हे बरं. [उठून जातो.]

मुख्य पात्र : मग काय ठरलं? दाखवता कशी ताणून दिली ते? [जबाब नाही.] अहो सिंह. [जबाब नाही. पुन्हा] ए सिंह. (खात्री करून घेण्यासाठी) सिंह्या साल्या... (अखेरची खात्री पटून) भले पठ्ठे! सिंहाला परतवून लावलं. डरलो नाही. नाना! आई! जय बजरंगबली! काळोख... आणखीनच झाला. [रक–सॅक्मधून टॉर्च काढून त्या प्रकाशात सिंह गेल्याची खात्री करून घेतो. हातावरचे घड्याळ बघतो.] प्रवासी रोजनिशी लिहायची वेळ झाली. प्रवास म्हटला की रोजनिशी हवीच. त्यात आजचा दिवस फारच घटनापूर्ण. रोजच्या घटना रोजच्या रोज नोंदवून ठेवायच्या. ह्यू एन

त्संग या चिनी प्रवाशाने रोजनिशी ठेवली होती. गांधीजीदेखील प्रवासात रोजनिशी लिहीत. [रॅक्-सॅकमधून रोजनिशी काढतो. टॉर्च पेटवून त्या उजेडात तो प्रयत्नपूर्वक लिहू लागतो.] सकाळचे ठीक सात वीस... घरून प्रयाण. नाना, आई निरोप. दही. तीन रस्ते. कोंबडी, ट्रेसपास. सुर्वे-नारायण... दरवडेखोर, घड्याळ, कॅमेरा... सिंह...

[स्टेजवर अंधार नाटकातला. म्हणजे प्रत्यक्षात उजेडच. मुख्य पात्र टॉर्चच्या उजेडात प्रयासपूर्वक रोजनिशी लिहितो आहे. त्याच्या बाजूलाच बसून बुरख्यातली एक आकृती टॉर्चशिवाय हे करताना दिसते आहे.]

आकृती : (रोजनिशी लिहीत) ठीक साडेआठ स्मशान. कवटी. राख, समंध, घुबड. गिधाड. पिंपळ, ब्रह्मसमंध. वेताळ, अमावास्या...

मुख्य पात्र : (लिहिणे थांबवून प्रेक्षकांना) कुणी बोललं? कोण बोललं? [पुन्हा लिहू लागतो.] छे. बॅटरीतला मसाला वीक वाटतोय. (लिहीत) पुढील मुक्कामी बॅटरी-मसाले घेणे...

आकृती : (स्वतंत्रपणे लिहीत) पुढील मुक्कामी नरडीचा घोट घेणे...

मुख्य पात्र : (लिहीत) नरडीचा घो... (प्रेक्षकांना) नरडीचा घोट कशाला? (लिहीत) नरडीचे मसाले घेणे... [पुन्हा साशंक] नरडीचे मसाले? चूक. बॅटरीचाच घोट... चूक... [मूढ] काहीतरी गडबड आहे. काय गडबड आहे?

आकृती : (लिहीत) बॅटरीची नरडी घेणे... चूक... नरडीची बॅटरी... [मूढ बसते.] [दोघेही प्रेक्षकांकडे स्वतंत्रपणे मूढ होऊन पाहत आहेत.]

मुख्य पात्र : (प्रेक्षकांकडे पाहत आत्मपरीक्षण) माझा फारच गोंधळ होतो आहे.

आकृती : (प्रेक्षकांनाच पाहत निर्विकारपणे) कारण शेजारी भूत बसलं आहे.

मुख्य पात्र : (प्रेक्षकांना पाहत) शेजारी कुणी बसलं आहे?

आकृती : (प्रेक्षकांना पाहत) भूत. म्हणजे घोस्ट. मरून शिल्लक रहातं ते. ते शेजारी बसलं आहे. नीट पहा.

मुख्य पात्र : [टॉर्च गडबडीने विझवून मिट्ट अंधारात पाहावे तसे भुताकडे डोळे फाडून पाहत चित्करतो.] क... क... कोण? (प्रेक्षकांकडे पाहत) भ... भ... भूत! भूत? रामरामरामराम रामरा... मरा... मरा...

भूत : (प्रेक्षकांकडे पाहत) उपयोग नाही. हल्लीची भुतं मरा नामानं पळत नसतात. त्यांना सवय झाली आहे.

मुख्य पात्र : (गडबडीने) मग नाना... नाना... नाना... नाना... (भुताला

उद्देशून पण प्रेक्षकांना पाहत) नानासुद्धा एकपत्नी-व्रती आहेत...

भूत : (प्रेक्षकांकडे पाहत) आईसुद्धा नानाला घाबरत नाही...

मुख्य पात्र : (प्रेक्षकांवरच नजर पण भुताला उद्देशून) आई म्हणजे भूत नव्हे...

भूत : (प्रेक्षकांवर नजर) नाना म्हणजे वाल्या कोळी नव्हे...

मुख्य पात्र : (भुतालाच) भूत म्हणजे नाना नव्हे - (प्रेक्षकांना) म्हणजे खरंच एक भूत मला भेटलं आहे की काय?

भूत : (प्रेक्षकांना) हे खोटं भूत इथं कुठून आलं? हे इथं काय करतं आहे?

मुख्य पात्र : (प्रेक्षकांना) प्रसंग बाका आहे. निघताना पाहिलंच नव्हतं पण रात्र अमावास्येची आहे. त्यात रामनामाचा आणि नानानामाचा उपयोग नाही. रोजनिशी अर्धीच राहिली. रात्र अजून सगळी बाकी आहे. अंधार निबीड. सिंहाला परतवून लावावं तो भुताचा शेजार! बाप रे! असा प्रसंग बहुधा कुठल्याच जगप्रवाशावर ओढवला नसेल.

भूत : (प्रेक्षकांना) टॉर्च लावून रोजनिशी लिहिणारा कुणालाच भेटला नसेल.

मुख्य पात्र : (अवसान गळू लागते) काय बरं करावं?

भूत : मरावं आणि भूत व्हावं.

मुख्य पात्र : नाही, मेलो तरी भूत होणार नाही - म्हणजे - भूत झालो तरी मरणार नाही.

भूत : मग बोंबलत बसावं.

मुख्य पात्र : [एकदम प्रसंगावधान जागे होऊन घाईने सायकलवर स्वार होतो आणि भीती जावी म्हणून गाऊ लागतो.] हम चले हम चले हम - [पॅडल हाणू जातो. तोल सुटून जमिनीवर आदळतो.]

[भूत पाहत उभे.]

मुख्य पात्र : [उठून पुन्हा सायकलवर स्वार होऊ जातो. पडतो. भूत पाहत उभेच.]

मुख्य पात्र : (केविलवाणा. प्रेक्षकांना) म्हणजे भुताटकी आहे तर! इथेसुद्धा नानाच बरोबर. प्रसंगावधाधाना... (जीभ वळते आहे.) धानाची गरज आहे. ठीक आहे. (भुताकडे वळून काहीतरी विचारू बघतो. न जमून गडबडीने आणखी कुठेतरी बघत) भूत -

भूत : मी इकडे आहे.

मुख्य पात्र : कुठेही अस. मला काय (आवाज फाटतो.) त्याचं! पण माझ्या मार्गात तू येण्याचं काहीएक कारण नाही.

भूत : मी माझ्याच मार्गात आहे. हे स्मशान आहे स्मशान.

मुख्य पात्र : (गर्भगळित होऊन कण्हतो.) ऊं -?

भूत : तो बघ तिकडे संध्याकाळीच जळू लागलेला मुडदा. तो तिकडे एक सकाळचा जळून राख झाला आहे. ती तिकडे काल रात्रीची चिता धुमसते आहे.

मुख्य पात्र : (न पाहण्याचा प्रयत्न करत) नाही, बघण्याची गरज नाही.

भूत : पण त्यांना तुला बघण्याची गरज आहे ना! लौकरच येऊ घातलेल्या नव्या उमेदवाराला भेटण्याला उत्सुक आहेत ते - हं, कर, शेक हँड कर माझ्याशी. कर हात पुढे.

[मुख्य पात्र झीट येऊन आडवा.]

भूत : (प्रेक्षकांना) हा बेशुद्ध झाला. त्याचं काय आहे की खरं म्हणजे मी भूत नाहीच. मी खोटं भूतदेखील नाही. म्हणजे मी भूतच नाही. [बुरखा काढतो.] भुताचं सोंग घेऊन फिरणारा मी जिवंत माणूस आहे. मी असा का फिरतो ती कल्पिताला मागे टाकेल अशी एक मोठी अद्भुत आणि दैवदुर्विलासात्मक कर्मकहाणीच आहे.

मुख्य पात्र : (पडल्या पडल्या, प्रेक्षकांना विश्वासात घेतल्याच्या स्वरात) मी ती ऐकतो आहे. मीदेखील खरा बेशुद्ध पडलो नसून बेशुद्ध पडल्याचं फक्त सोंग घेतलं आहे. नाना गोष्टी सांगत त्यात असं असे. यालाच प्रसंगावधाधाना असं म्हणतात.

भूत : (प्रेक्षकांना) आटपाट नगरात एक व्यापारी होता. त्याचा माल देशी-परदेशी जाई व व्यापाऱ्यास प्रचंड नफा होई. पुढे हा नफा अजून प्रचंड किंवा महाप्रचंड व्हावा असे त्या व्यापाऱ्यास वाटून त्याने मालात भरपूर भेसळ केली. [क्रमशः सूर पोथी सांगितल्याचा होऊ लागतो.] यथावकाश या भेसळीने विषबाधा होऊन एकशे त्रेपन्न मुले व एक न्यायमूर्ती मृत झाला. म्हणजे मुले विषबाधेने व न्यायमूर्ती त्याविषयीच्या खटल्याने मृत झाला. पुढे सदरहू व्यापाऱ्यास यथाकाल नैसर्गिक वृद्धापकाळ व तदनुषंगिक मृत्यू येऊन तो चित्रगुप्ताचे दरबारी दाखल झाला आहे व तेथे त्याची पापे मोजण्यात येऊन, शिक्षा म्हणून त्यास एका गरीब शेतकऱ्याचे घरात जन्म देण्यात आला आहे. यथाकाल शिक्षणास व शेतीस रामराम ठोकून व्यापारी गावगुंडी करता झाला. यातून आमदार बनून तो यथाकाल बांधकाम मंत्री बनला व पुनश्च प्रचंड नफा करू लागला. हा नफा महाप्रचंड व्हावा असा

मोह त्यास होऊन बेकायदेशीर बांधकामास तो परवाने देऊ लागला व यातील काही बांधकामे यथाकाल कोसळून तीनशे त्र्याहत्तर मुले-माणसे व दोन न्यायमूर्ती दगावले. न्यायमूर्ती रीतसर खटल्याने व मुले-माणसे बांधकाम अंगावर पडून मेली. पुढे हा मंत्री म्हणजेच पूर्वजन्मीचा व्यापारी पुन्हा एकदा यथावकाश नैसर्गिक वृद्धापकाळ व नंतर मृत्यू येऊन चित्रगुप्तापुढे दाखल झाला. तेव्हा त्याचे खातेउताऱ्यातील दोन जन्मींची पापे वाचून चित्रगुप्ताने त्यास एक लाथ घालून प्रायश्चित्त म्हणून त्यास या वेळी नटाचे जन्मास घातले. हा नट यथाकाल वयाने मोठा होऊन पहिला इसम, दुसरा इसम, पोलीस शिपाई, पोस्टमन, घरगडी, चोर, कवी व वेडा इसम अशा भूमिका करीत कारखानदार व मुख्यमंत्रीदेखील एक-दोन नाटकांत झाला. परंतु या जन्मी त्यास नफा भेटेना. रात्रंदिवस कष्ट करून त्याचे कष्टाचे पैसेदेखील कैकदा बुडत व त्यास अन्नान्नदशा प्राप्त होई. तेव्हा सदरहू नटाने म्हणजे पूर्वजन्मीच्या व्यापाऱ्याने व मंत्र्याने मद्याच्या नशेत असता आत्महत्येचा बेत केला आहे व अमावास्येच्या रात्री तो नदीतीरावर पोचला आहे. तेथे त्यास एक भूत भेटले. म्हणजे खरे भूत. ते नटास म्हणाले, 'तुजपेक्षा माझे जिणे बरे म्हणण्याची वेळ आली! तेव्हा आजपासून तू भूत हो व मी नट होईन. तेव्हापासून नट भूत झाला व भूत नट होऊन नायक-चित्रपटांतून भुताच्या वगैरे भूमिका करीत हिंडू लागले. यथाकाल भुताचा भाव अभिनयसृष्टीत वधारला व ते नायकाच्या भूमिका मिळवून पुढे खासदार बनले. परंतु तिकडे नट मात्र भूतच राहिला. तोच दुर्दैवी जीव म्हणजे मी. ना नट, ना भूत असे जिणे जगतो आहे.

मुख्य पात्र : (टुणदिशी उडी मारून उभा राहत) वाटलंच होतं! मीदेखील खरा बेशुद्ध झालोच नव्हतो. मी आपली तुझी परीक्षा पाहिली. [भुताशी शेक हँड करतो व प्रचंड झटका बसावा तसा हडबडून कोसळतो.]

भूत : (स्टीरिओफोनिक विकट हसत) हा: हा: हा:! हा अशी चालूगिरी करणार हे आगाऊ हेरून खोट्या भुताचा हा सर्व बनाव मी हुशारीने केला होता. मी आहे खरं भूत! समंध! ब्रह्मसमंध! वेताळ!!! [स्टीरिओफोनिक हसत राहते.] आता दाखव तुझी हुशारी! होऊन जाऊ दे निकाली कुस्ती!

मुख्य पात्र : (हडबडलेला, एक पाय जायबंदी झालेला.) कुस्ती! बाप रे! आत... जांघिया घातला असला तरी कुस्तीची बाकी तयारी... काहीच

नाही. प्रवासात कुस्ती करावी लागेल अशी अपेक्षा नव्हती. तीदेखील भुताशी! नाना, आता काय करू?

[प्रकाशयोजना बदलून नाना अवतार असावेत तसे प्रकट होतात.]

नाना : तरी मी सांगत होतो! पण ऐकशील तर ना? जा, बाहेर जा. सफरीला जा. तशी मला मी तरुण होतो तेव्हाची सवय आहे. तेव्हा आम्ही दंडबैठका मारायचो. जोर काढायचो. कमावलेलं शरीर होतं. दंड म्हणजे गोट्या. रोज अच्छेर दूध, वर बदामाचा खुराक.

मुख्य पात्र : (जायबंदी पायानिशी) आता मी काय करू?

नाना : दम धर. तेच तर सुचलं तर बघतो आहे. सगळी स्वस्ताई. अक्रोड-खारीक-जर्दाळू! आता दूध मचूळ. बदाम तर विचारायला नको असे महाग. कुस्ती करण्यात अर्थ राहिला नाही. युक्तीनेच प्रसंग निभेल.

मुख्य पात्र : युक्ती सांगा.

नाना : दम धर म्हणतो ना. तिकडेच मी दमादमाने, दमादमाने येतो आहे. युक्तीसुद्धा अशी तशी असून थोडीच चालणार! नंबरी युक्ती हवी. विरुद्ध पक्ष म्हणजे समंध! किंवा ब्रह्मसमंधदेखील. इथे कुठे एखादा पेटाराही दिसत नाही. एरवी पेटाऱ्यातून पळाला असतास. मोठी माणसं आणि आपण यात हाच फरक असतो. पळण्याची आगाऊ व्यवस्था पाहून मगच शौर्य दाखवतात ती मोठी माणसं. आपण अशी व्यवस्था ठेवीत नाही आणि मग हा असा घोटाळा होतो.

मुख्य पात्र : युक्ती! लौकर युक्ती सांगा!

नाना : अशाने सांगणार नाही आं! घाईनं कार्य बिघडतं. चित्तवृत्ती स्थिर ठेवून विचारानं गोष्टी केल्या पाहिजेत. घाई कशी ती उपयोगाची नाही.

मुख्य पात्र : नाना!

नाना : होय, होय, तिकडेच मी येतो आहे. तर प्रथम म्हणजे तुला शांतपणे, नीट एकदा विचार केला पाहिजे. नव्हे, युक्ती केली पाहिजे. किंवा दोन्ही केली पाहिजेत. कारण प्रसंगच तसा आहे. घरातून एकट्याने कधी बाहेर पडला नाहीस आणि आज ब्रह्मसमंधाशी एकदम गाठ! हे समंध, ब्रह्मसमंध भलते डोकेबाज. त्यांच्याशी खबरदारीनेच घेतलं पाहिजे, तुला सांगतो -

मुख्य पात्र : पण युक्ती सांगा ना!

नाना : सांगतो, सांगतो. हळूहळू जवळ येतो आहे -

भूत : (स्टीरिओफोनिक गर्जना) कुस्ती!! निकाली कुस्ती!!!

मुख्य पात्र : (नव्याने हडबडून) नाना –

नाना : हडबडू नकोस. समर्थ म्हणाले आहेत. संकटात न हडबडणं हे शूर पुरुषाचं लक्षण असतं, हां, सुचली!

मुख्य पात्र : सांगा!

नाना : धीर से गंभीर. काहीच करू नकोस. अशा वेळी काहीच न करणं हीच युक्ती. माझ्या आयुष्यात अनेक भयंकर प्रसंग आले. माझी एकच युक्ती – काही केलं नाही. आपोआप सर्व निपटलं गेलं.

मुख्य पात्र : पण समंध –

नाना : अरे समंधाचा बाप आमचा आमवेटसाहेब! आहेस कुठे? पण बधलो नाही. हीच युक्ती – काही म्हणून केलं नाही. त्याला करू दे काय करायचं ते. काय करील करून करून? काही झालं नाही. यानेच काम निभावलं. आयुष्याचं सार आहे हे. तू यानंच चल, यशस्वी होशील.

[नाना अंतर्धान पावतात. प्रकाशयोजना पूर्ववत.]

मुख्य पात्र : (नखे खात) म्हणजे काय करायचं?

भूत : (गर्जना) काय? झाली तयारी? होऊ देत दोन हात? मी तुला विचारतो आहे.

[मुख्य पात्र जायबंदी पाय वाकडा धरून जोरजोराने नखे खातो आहे.]

भूत : नखं काय खातोस? असा मैदानात ये!

मुख्य पात्र : (नखे खात, आवंढे गिळीत प्रेक्षकांना) काही बरंवाईट... झालं, तर ही... ही सायकल... ही धोकटी... हे... हे कपडे... ही टोपी... सर्व (भरल्या गळ्याने) नानांकडे... तेवढं पोचवा. आईला सांगा, म्हणावं... प्रयत्न केला... जमलं नाही... नखं खाल्लीच. काही न करणंसुद्धा कठीण...

भूत : (डरकाळी) कंबरख्त, मैदानात ये!

[आत एक कोंबडा सपाटून आरवतो.]

भूत : (चपापून) अरेच्च्या! कोंबडा आरवला! रात्र संपली की काय? म्हणजे परत जावे लागणार.

[कोंबडा पुन्हा आरवतो.]

भूत : नक्कीच. आता थांबून उपयोगाचं नाही. (मुख्य पात्राला) ठीक आहे, एक वेळ सुटलास. पण पुन्हा भेटलास तर कुस्ती झाल्याशिवाय राहणार नाही. [घाईने जाते.]

[मुख्य पात्र भूत गेल्याची खात्री करून घेतो.]

मुख्य पात्र : (चकित. आनंदित.) गेलं? चक्क गेलं? काही न केल्याने गेलं! [जायबंदी पायानिशी उड्या मारतो.] धीर से गंभीर! बजरंगबली की जय! नाना की जय! नाना म्हणजे थोरच!

[आरवणारा भलाथोरला कोंबडा चालत रंगमंचावर येतो. आरवतो सपाटून.]

(कोंबड्याला) थँक यू मिस्टर कॉक. मित्रा, तुझी मदत झाली. चला, कोंबडा आरवला. सकाळ झाली. जगाच्या सफरीची पहिली नाट्यपूर्ण रात्र संपली. रोजनिशीत मजा येणार. आता पुढची मजल. [रॅक-सॅकमधून लगेच रोजनिशी काढून रोजनिशीत लिहून टाकतो. रोजनिशी रक्-सॅकमध्ये भरतो.]

[एव्हाना कोंबडा सायकलवर चढून बसलेला.]

(त्याला अविश्वासाने पाहत) ऊं? स्वप्न की खरं? माझ्याऐवजी हा कोंबडा सायकलवर का बसला? (त्याला उद्देशून) उतरा. उतरा आता. कोंबड्यानं सायकलवर नसतं काही बसायचं. सायकलवर आम्ही बसायचं. आम्ही अंडी घालतो का? नाही ना? मग तुम्ही सायकलवर नाही बसायचं. उतरा. उतरा बरं. सायकलवरून जगाची सफरू करू द्या आम्हाला. हं, उतरा.

[कोंबडा सायकलवर खुडूक् बसून.]

उतरा म्हणतो ना? उतरा म्हटलं की उतरावं. कोंबडा झाला म्हणून काय झालं? हं, उतर हळूच.

[कोंबडा तुरा नकारार्थी हलवतो.]

अरे नाही काय? धिस वोण्ट टू हां. ज्यानं त्यानं आपल्या पायरीनं वागावं. बोलून चालून कोंबडा, तुला सायकल काय रे करायची? उतर बेटा, उतर आता. गंमत पुष्कळ झाली. उतर.

[कोंबडा सायकलवर मजेत बसलेला. क्लक् क्लक् करतो. उतरण्याची लक्षणे नाहीत.]

नसती बलाच आली. भूत गेलं तर हा कोंबडा! (कोंबड्याला) हे - हे खपवून घेतलं जाणार नाही, सांगतोय. गेट डाउन, आय से. गेट डाउन!! धिस मिनिट!!

[कोंबडा सायकलवर. वेडावल्यासारखा आरवून दाखवतो.]

(प्रेक्षकांना सात्त्विक संतापाने) या माजोरी कोंबड्याचं काय करावं? [दबकत दबकत सायकलभोवती फिरून दुरूनच हात किंवा पाय लांबवून सायकलला धक्के देतो.]

[कोंबडा ढिम्म हलत नाही.]
छे! हा बऱ्या बोलानं उतरण्याची लक्षणं दिसत नाहीत. काहीतरी निकराचाच उपाय योजला पाहिजे. करेंगे या मरेंगे. जिंकू किंवा मरू, हर हर महादेव! [याच सुरात टीव्हीवरचे एक जिंगलदेखील म्हणतो. मग सायकलीवरच्या कोंबड्याभोवती कोंबडीसारखे आवाज करीत लंगडत – कारण पाय जायबंदी – फिरू लागतो.)
[कोंबडा चौकसपणे पाहतो. मग एकदम उत्तेजित होऊन कोंबडा सायकल सोडून मुख्य पात्रामागे तुरा हलवत मागे लागतो. धावपळ. मुख्य पात्र एका जायबंदी पायानिशी कोंबडीच्या भूमिकेत पुढे, महा-कोंबडा मागे. दोघे रंगमंचभर पळतात. शेवटी एकदाचा कोंबडा हुलकावणी मिळाल्यासारखा रंगमंचावरून पळत आत निघून जातो.]

मुख्य पात्र : (प्रचंड दमलेल्या अवस्थेत लंगडा उभा राहून काही टाळ्या पिटून) गेला! नजरेपार झाला! (धाप घालीत) कोंबडीचं जिणं एकंदरीत कठीण. (धाप घालत राहतो.) जगप्रवासात हेदेखील करावं लागतं अं? (डोके चाचपून) टोपी? टोपी कुठे गेली? (गडबडीने शोधून) जाऊ दे. शिर सलामत तो पगडी पचास. [खिशातून रंगीत रुमाल काढतो. तो डोक्याला बांधतो.] उन्हापावसापासून डोक्याचा बचाव. एकदा सुटलेला बाण आणि जगप्रवासाला निघालेला प्रवासी परत फिरत नसतो. नाना, मी पुढेच जाणार. 'पुढे आणखी पुढेच पाय, मागे आता आहे काय?'
[सायकल स्टाइलने झटकून तिच्यावर जायबंदी पाय सांभाळत स्वार होतो. पॅडल मारू लागतो. भोवतालचे सृष्टिसौंदर्य वगैरे बघतो आहे. पॅडल मारत चढ चढतो, उतरतो.)
(प्रेक्षकांना) पाय दुखतो आहे पण नशिबाने फ्रॅक्चर वगैरे नाही. चला. तर आजच्या या अद्ययावत सायकलीच्या आज्जीला काय म्हणत? खिळखिळी. कारण तिच्यावरून फिरल्यानं हाडं खिळखिळी होत. अशी गंमत. आणि तिला मडगार्डच नव्हतं. ते बसवण्याचं तेव्हा कुणाला सुचलंच नव्हतं. त्यामुळे खिळखिळी वळवताना वर बसलेल्याचे पाय जाम खरचटायचे. सालटी निघायची. [आठवण झाल्याप्रमाणे सायकलवरून उतरतो. रक्-सॅकपाठीवरून खाली घेतो. खोलतो. थैलीून थैली, थैलीतून थैली असे करतो.] पैसे कुठे ठेवले? [रक्-सॅकमध्ये पुन्हा धुंडाळतो. मग वाढत्या वेगाने सर्व खिसे. त्यानंतर आणखी वाढत्या वेगाने पुन्हा रक्-

सॅक.] गेलं? पैशाचं पाकीट गेलं? असं कसं जाईल? दरवडेखोराला कॅमेरा दिला, कोंबडीवाल्याला पन्नास रुपये दिले; पाकीट आणि उरलेले पैसे असायला हवेत. (पुन्हा वायुवेगाने सर्व शोध घेऊन) नाही. पण जाणार कुठे? दरवडेखोर पाकीट मारणं शक्य नाही. शिवाय तसा तो प्रामाणिक दरवडेखोर होता. लांड्यालबाड्या करणारा नव्हता. भूत – त्याहून नाही. कोंबडा – नाही. मग कोण? त्या अर्थी पैशाचं पाकीट असलं पाहिजे आणि नसेल तर ते यातल्या कोणीतरी मारलं असलं पाहिजे. आणि यातल्या कुणी मारलं नसेल तर... मीच... मारलं... नाही. हे तर साफ अशक्य! मी नानांचा सुपुत्र. मी माझं पाकीट मारीन? शक्य नाही. मग कोण? त्या अर्थी पाकीट यातल्याच कुणीतरी मारलं असणार. (निराश.) भुतं आणि कोंबडेदेखील प्रामाणिक राहिले नाहीत, अं? म्हणजे पैसे उरले नाहीत. (परत एकदा निकराने शोधून अवसान गळावे तसा) नाना!!! (मग एकदम निश्चयाने) ना, ना. आता माघार नाही. हाही एक अनुभव. निष्कांचन अवस्थेत जगाची सफर. राउंड द वर्ल्ड इन नो मनी. पण सफर म्हणजे सफर. सफर इन स्पाइट ऑफ सफरिंग. आय विल सफर इव्हन दो आय हॅव टु सफर. आय विल सफर बट विल नॉट लीव्ह द सफर. सफरिंग विल नॉट अॅफेक्ट माय सफरिंग! म्हणजे जगप्रवास! [सायकलवर झटक्यात स्वार होतो. दुखऱ्या पायाने कळवळतो. पॅडल मारू लागतो.]

[एकदम ढगांचा गडगडाट. विजांचा कडकडाट. धुवांधार पाऊस कोसळू लागतो. हा फक्त आवाजाने. रंगमंचावर मुख्य पात्राचा सायकलचे पॅडल मारत भिजण्याचा अभिनय.] (भिजत) वादळ! विजा! पंचमहाभूतंच माझ्यावर चालू आली! येऊ देत. मी जाणार. पुढे जाणार. जगाची सफर पूर्ण करणार. हजार जिव्हा तुझ्या गर्जू दे प्रतिध्वनीने!

[प्रचंड गडगडाट. त्यात मुख्य पात्राचे ओरडणे हरवते. आता तो चांगलाच चिंब झाला आहे. तरी महाकष्टाने पॅडल मारतो आहे. मग ते अशक्यच होते. नाइलाजाने सायकलवरून उतरतो.]

(हुडहुडत) छे! पुढं जाणंच अशक्य!

[अंगातला शर्ट काढून पिळतो. बूट काढून उलटे करून त्यातले पाणी काढून टाकतो. मोजे ओले झाले आहेत ते काढून फेकून देतो. आणि आता वादळ, विजा, पाऊस सर्व नाटकातल्याप्रमाणे एकदम थांबते.]

(उघडाबोडका, हे सर्व चकित होऊन पाहत) गॉन! पंचमहाभूतं गॉन!!

निसर्गावर मानव विजय मिळवू शकतो तर! आकाश कोसळले पण आमचा निश्चय दुभंगला नाही. शेवटी निसर्ग मानवाच्या दुर्दम्य इच्छाशक्तीपुढे नमला. नाना, हे तुम्ही सांगितलं नाही, पण तुमच्या मुलाला समजलं. वा! वर आभाळाची निरभ्र निळाई आणि खाली देवाघरच्या पाण्याने तरारलेली हिरवीगार वनराई. मधे दुर्दम्य इच्छाशक्तीचा मानव म्हणजेच मी. [हातातला ओला शर्ट पिळून झटकतो.] हा असाच घातला तर सर्दी होणार आणि कुणी सांगावं, थंडीतापसुद्धा येईल. ब्राँकायटिसचीसुद्धा शक्यता अगदीच नाकारता येत नाही. न्युमोनिया - तोदेखील नजरेआड करण्यात अर्थ नाही. सफरीत आजार म्हणजे व्यत्ययच. म्हणजे तशी औषधं बरोबर घेतली आहेत. पण नंतरच्या इलाजापेक्षा आधी खबरदारी घेतलेली केव्हाही योग्य. तेव्हा - [इकडे तिकडे पाहतो. कल्पना सुचते. रक्-सॅकमधून लांब दोरी काढतो. रंगमंचाच्या विंगेपासून मागल्या पडद्याच्या एका भागापर्यंत ती आडवी बांधतो. बांधताना लंगडतो.] नाना म्हणतात, शर्ट वाळवा. [शर्ट त्या दोरीवर वाळत घालतो. मग कंबरेच्या पँटकडे बघतो.] मग पँट तरी ओली कशाला? [पँट काढतो आणि शर्टापलीकडे वाळत टाकत] नाना म्हणतात, पँट पण वाळत घाला. [आता बाकी उरलेल्या अर्ध्या चड्डीकडे पाहतो.] हीही ओलीच आहे. [इकडे तिकडे नजर टाकतो.] नाना म्हणतात चड्डीही वाळत घाला. [चड्डी काढतो आणि पँट - अलीकडे वाळत घालतो.]

[इथे संकोचण्याचे कारण नाही. सर्व वाळत घातल्यावरदेखील त्याच्याच रंगाचा एक तंग तलम कपडा त्याच्या अंगभर आहे.]

[खुशीने दोन्ही हात झटकत स्वत:कडे पाहतो.] बाकी कसं मस्त वाटतं आहे. कितीक वर्षांत असं हलकं हलकं वाटलं नव्हतं. [रंगमंचावर लंगडत फिरतो.] लहानपणी बाकी, काही का असेना, एवढं एक चांगलं असतं. च्यायला, कपडे नावाची भानगड म्हणून नाही. आमच्या समोर — म्हणजे समोरच्या घरात बरं का — एक माणूस राहत होता. असा हाडकुळा नि घराबाहेरच्या कट्ट्यावर उभा राहून कितीतरी वेळ आपला थू: थू: थुंकत दातवाणानं दात घासणारा. पाहावा तेव्हा आपला घासतोय दात, घासतोय दात. त्याचं आडनाव काय होतं सांगा? मधलं अक्षर ग आणि पहिलं आणि तिसरं लेंग्यात घालतात तो. आळीतली पोरं त्याला चिडवायची. ए... तीन फुल्या. तीन फुल्या. म्हणजे ती सरळच - काय

ते म्हणायची; तीन फुल्या माझ्या. नाही म्हटलं तरी संकोच वाटतो ना. मग तो चिडायचा – दातवण उगारून मागं धावायचा. तितकी पोरं जास्तच चिडवायची तीन फुल्या. तीन फुल्या. [गुदगुल्या झाल्यासारखा हसतो आहे.] तेच, मधलं अक्षर ग. आता एकदा कपडे वाळले की घालून निघाला गडी पुढील प्रवासाला. नव्या जोमानं. नव्या दमानं.

[मागे दोरीवर वाळत घातलेला शर्ट सरकत सरकत पडद्यात निघून जातो.]

विश्रांती बऱ्यापैकी झाली आहे. तरतरी आली आहे.

[मागे दोरीवरची पँट सरकत सरकत शर्टामागोमाग पडद्यात निघून जाते.]

त्यात हवा मस्त पडली आहे. ओहोहो – ते पहा! इंद्रधनू!

[मागे पँटमागोमाग दोरीवरची चड्डी सरकत आत निघून जाते.]

धरती आणि आभाळ यांना जोडणारा सप्तरंगी पूल. विधात्याला वंदन असो. पुलावरून आठवण झाली. कितीतरी वेळात नकाशा पाहिला नाही. [रक्-सॅकमधून घडीचा भला लांब-रुंद नकाशा काढतो. एक एक घडी उलगडत तो संपूण उघडतो.] हूं. मेरा भारत महान. ये रहा भारत ऊर्फ इंडिया. आता ही कुठली? पश्चिम नव्हे म्हणजे पूर्वच असावी. म्हणजे मागे राहते ती पश्चिम. ही इकडे जर का दक्षिण म्हटली तर उरते ती अर्थातच उत्तर. हे जमलं. आता मी... मी... (नकाशात शोधत) मी कुठे आहे? (न सापडून) अरेच्च्या! मी कसा दिसत नाही? (जारीने शोध घेत) मी.... मी कुठे आहे? कुणास ठाऊक कुठे आहे. उभा किंवा बसलेला आहे पण कुठे आहे? हे आमचं घर म्हणजे आमचं गाव... म्हणजे इथून मी निघालो... या किंवा या दिशेला... (प्रेक्षकांना) पण एवढे कष्ट कशाला? कुठल्याही दिशेने निघालो आणि कुठल्याही दिशेला गेलो तरी एक गाव यावंच लागणार. आलं की नाव विचारायचं. ते या नकाशात असेलच. तिथं मी असणार. सोप्पी गोष्ट.

पडद्यातून स्त्रीचा आवाज : सिंदबाद.

मुख्य पात्र : (दचकतो.) ऊं? काय ऐकलं मी?

पडद्यातून स्त्रीचा आवाज : सिंदबाद.

मुख्य पात्र : आता नक्कीच.

पडद्यातून स्त्रीचा आवाज : गडे सिंदबाद.

मुख्य पात्र : गडे?

पडद्यातून स्त्रीचा आवाज : असं काय ते गडे? इकडे बघा ना गडे –

मुख्य पात्र : (गडबडून) छट्. नागडे कुठे. [घाईने नकाशा कंबरेभोवती कसाबसा गुंडाळून घेतो.] हा काय नकाशा आहे. हा आशिया. हा इकडे कुठे गेला तो? ...युरोप. झालंच तर हा अमेरिका आहे. नागडे नाही काही.

पडद्यातून स्त्रीचा आवाज : मला किनई तुम्ही चिक्कार आवडलात.

मुख्य पात्र : (प्रेक्षकांना) आफत आली. (आवाजाच्या दिशेला) हो का. नकाशा — नकाशामुळे. तसा चांगलाच आहे. पुन्हा जगाचा.

पडद्यातून स्त्रीचा आवाज : नकाशा नव्हे हो. तुम्ही सिंदबाद.

मुख्य पात्र : (प्रेक्षकांना) पुन्हा सिंदबाद!

पडद्यातून स्त्रीचा आवाज : मी येऊ?

मुख्य पात्र : (सभय) ऊं?

पडद्यातून स्त्रीचा आवाज : मी येऊ का?

मुख्य पात्र : नको. म्हणजे – मी नकाशात आहे. मग या मग.

पडद्यातून स्त्रीचा आवाज : मी येतेच.

मुख्य पात्र : नको म्हटलं ना. न – नकाशा – हा इथे – फा – फाटला आहे. म्हणजे जुनाच – फाट् –

पडद्यातून स्त्रीचा आवाज : आले!

मुख्य पात्र : (टाहो) नाना!!!

[नाना उघडेबोडके प्रकटतात.]

मुख्य पात्र : (पाहून धीर येत) खरंच तुम्ही आलात, नाना?

नाना : नाही. या वेळी मी केवळ तुझ्या अंतर्मनात आलो आहे. सार्वजनिक ठिकाणी टोपी न घालता जाण्याची माझी रीत नाही, तुला ठाऊक आहे ना? तीही एकाच प्रकारची टोपी. एकाच दुकानात मिळणारी. गेली चाळीस वर्षं तीच एक टोपी.

मुख्य पात्र : नाना, मी हा असा. नकाशा फाटका. कपडे चिंब ओले झाले म्हणून वाळत टाकले आणि दुर्दैवाचा घाला अवचित यावा तशी कुणीतरी येतो म्हणाली. नव्हे, येते म्हणाली. आता मी काय करू? मार्गदर्शन करा, नाना. असा प्रसंग आला असता काय करावं हे तुम्ही आम्हाला कधीच सांगितलं नाहीत.

नाना : असा प्रसंग येईल असं काय मला स्वप्न पडलं होतं? तरी कानी कपाळी सांगत होतो, घरात राहा. प्रवासाला जाऊ नकोस. घरात असतास

तर ही वेळ कशाला ओढवली असती? घरात येऊन जाऊन कोण, तुझी आई असणार. आता असं कर –

मुख्य पात्र : काय करू?

नाना : असं कर... डोळे घट्ट मिटून घे.

[मुख्य पात्र डोळे बंद करण्यासाठी हात उचलतो; ते कंबरेभोवती नकाशा धरण्यात गुंतलेले. असहायपणे नानांकडे पाहतो.]

नाना : अरे डोळे बंद करण्याला हात लागत नाहीत.

मुख्य पात्र : (डोळे बंद करून) खरंच की! झाले, नाना, डोळे बंद झाले.

नाना : झालं तर. आता घाबरण्याचं कारण नाही. आता तिला खुशाल येऊ दे. अरे दृष्टिआड सृष्टी. दिसली नाही म्हणजे नाहीच असं समजायचं.

मुख्य पात्र : (डोळे उघडलेले) नाहीच असं समजायचं. नाना, खरंच नाही. ती नाहीच. कुठे आहे? नाही.

पडद्यातून स्त्रीचा आवाज : सिंदबाद.

मुख्य पात्र : (दचकून) बघा नाना! पुन्हा ती हाक.

नाना : अरे आता चिंता नको. ती नाही. तूही नाहीस. डोळे बंद.

मुख्य पात्र : (डोळे उघडे.) हो. नाही. ती नाही. मीही नाही. पण नाना मग मला तुम्ही कसे दिसता?

नाना : कारण मी तुझ्या अंतर्मनात आहे. अंतर्मनाचे चक्षू वेगळे असतात. तर आता मी जातो. तुझ्या मावशीच्या अंतर्मनाची ॲपॉइटमेंट आहे. जायला हवं. [नाना अंतर्धान पावतात.]

मुख्य पात्र : चला, नानांमुळे धीर आला. निदान एवढ्यासाठी तरी माणसाला एक नाना हवेत.

पडद्यातून स्त्रीचा आवाज : सिंदबाद!

मुख्य पात्र : (आत्मविश्वासपूर्वक) मी नाही. आणि माझं नाव पण सिंदबाद नाही.

पडद्यातून स्त्रीचा आवाज : मी येते.

मुख्य पात्र : तुम्ही येऊ शकत नाही. कारण तुम्ही नाहीत. आणि माझे डोळे बंद आहेत. (डोळे उघडेच.) दृष्टिआड सृष्टी. (एकदम मागे दोरीकडे लक्ष जाऊन) अरे बापरे! हे काय? माझे कपडे? कपडे नाहीत!! मा – माझी पँट – आणि श–शर्ट – चड्ड – धावा! हे इथे तर वाळत घातले होते आणि – [आता लक्षात आल्याप्रमाणे निश्चित होत] अच्छा. कसे

दिसतील? कपडे दिसतीलच कसे? कारण डोळे बंद. (डोळे उघडेच.) ती नाही. मी नाही. नानासुद्धा नाहीत. देअरफर कपडे नाहीत. दृष्टिआड सृष्टी. कपडे आहेत; पण दिसत नाहीत. [मजेत लंगडत काही फेऱ्या. डोळे उघडे. कंबरेला नकाशा.] कपडे वाळले की डोळे उघडायचे की कपडे घालायचे की निघाला गडी जगाच्या सफरीवर.

पडद्यातली स्त्री : (प्रवेश करत) सिंदबाद.

[मुख्य पात्राने गडबडीने नकाशा कंबरेला घट्ट गुंडाळून घेतलेला. एक भला मोठा मासा रंगमंचावर चालत येतो.]

मुख्य पात्र : (गांगरून) आं? कोण?

मासा : (आधीचाच, स्त्रीचा आवाज) मी राजकन्या मदालसा.

मुख्य पात्र : (थक्क. न्याहाळत) तू – तुम्ही तर –

मासा : एका दुष्ट यक्षाच्या शापाने मी मासा झाले आहे. पण मी किनई अत्यंत सुंदर आणि गुणवती अशी राजकन्या आहे. मला गाता येतं, नाचता येतं, चौसष्ट कला मला येतात. शिवाय त्रेपन्न भाषा. तू मला आवडलास. सिंदबाद.

मुख्य पात्र : माझं नाव सिंदबाद नाही.

मासा : मग काय तुझं नाव?

मुख्य पात्र : मलाही आठवत नाही. काय बरं... (विसरलेला.) थांबा. आठवत कसं नाही? काय बरं... (कोरा.) छे. आठवतच नाही.

मासा : काही का असेना. सिंदबाद सफरी करायचा. शिवाय तो अत्यंत साहसी होता. म्हणून मी तुला सिंदबादच म्हणेन. माझा सिंदबाद!

मुख्य पात्र : हां, तसलं काही नाही.

मासा : आता तू माझ्यासाठी त्या दुष्ट यक्षाशी लढाई करून त्याचा पराभव करशील.

मुख्य पात्र : [नकाशा कंबरेभोवती घट्ट पकडून जागच्या जागी लंगडत] पण आधी माझे कपडे वाळू दे. ते घातले की मग – मग पाहू – तोवर–

मासा : अय्या! कुठायत कपडे?

मुख्य पात्र : ते काय तिकडे दोरीवर. कपडे दोरीवर. दोरी वाळते आहे. नव्हे, कपडे वाळताहेत.

मासा : माझा खुळा सिंदबाद.

मुख्य पात्र : हां, मला खुळा म्हणण्याचं काम नाही.

मासा : कारण तुझे कपडे दोरीवर नाहीत.

मुख्य पात्र : आहेत. मला ते दिसत नाहीत. कारण माझे डोळे बंद आहेत.

मासा : तुझे डोळे उघडेच आहेत.

मुख्य पात्र : ऊं? (डोळे वारंवार फडफडवून प्रेक्षकांना) उघडेच... वाटतात. म्हणजे बंद होते ही अफवाच म्हणायची. आणि मग कपडे? कपडे कुठायत? कपडे कुठायत?

[मासा खळखळून हसतो.]

हसायला काय झालं?

मासा : कारण तुझे कपडे माझ्या पोटात आहेत.

मुख्य पात्र : कशात? पो... नाही! शक्य नाही!

मासा : कपडे मिळाले तर तू माझ्यापासून जाशील म्हणून मीच ते गिळले.

[अपराधी मुद्रेने उभा.]

मुख्य पात्र : (अविश्वास, भय) गिळले? हे खरे नव्हे. मला – मला सफरीवर जायचं आहे पुढे – जगाच्या सफरीवर – दुचाकीवरून – कधीचं स्वप्न आहे ते माझं!

मासा : (स्वप्नाळू होत) आता नऊ महिने मी ते पोटात वागवीन. तुझे कपडे. मग मला एक छानसं बाळ होईल. तुझे कपडे घातलेलं माझ्यासारखं सुंदर बाळ. ते तुला बाबा म्हणेल. बाऽबा. नि मला आई.

मुख्य पात्र : माझे आई जा आता! हे काय आहे काय? माझे – माझे कपडे गिळायचा तुला – तुम्हाला काय अधिकार? परवानगीशिवाय माझे कपडे गिळता? पोलिसात तक्रार करीन! शाखा प्रमुखाला सांगीन!!

मासा : अय्या, असं काय वेडंवाकडं बोलतोस? आपल्या माणसाविषयी असं बोलतात का कुणी?

मुख्य पात्र : कोण आपलं माणूस? मी सांगतोय, बऱ्या बोलानं मला माझे कपडे परत द्या! द्या नाहीतर... नाहीतर... तुमचं नाव मी आईला सांगीन! मी नानांना हाक मारीन! ते येतात मी बोलावलं की!

[नानांना निकराच्या हाका मारतो. ते येत नाहीत. मासा स्वत:शीच नाच करतो आहे. भरतनाट्यम् किंवा अल्लारिपु.]

माझे कपडे – देता की नाही माझे कपडे परत? देता की नाही? देता की नाही? माझे कपडे परत द्या. परत द्या सांगतोय!

[कल्पनिक दार उघडून सुरुवातीला एकदा येऊन गेलेला एकजण परत येतो.

आता हा अर्ध्या झोपेतून उठून आल्यासारखा येतो.]

एकजण : अरे काय आहे काय? आं? रात्रीच्या वेळी काय कटकट लावलेयस? सुखाची झोप म्हणून लागण्याची सोय उरली नाही! रात्र नाही, दिवस नाही. चल, जा तिकडे, झोप मुकाट्यानं! पुन्हा गोंगाट करशील तर आवाज काढीन कानाखाली, सांगतोय!

मुख्य पात्र : पण मी – तुम्ही ... आमच्या शेजार... चे जागुष्टेकाका.

एकजण : काय शंका आहे का काय?

मुख्य पात्र : पण तुम्हाला कुणी माझ्या... अंतर्मनात बोलावलं?

एकजण : अंतर्मन? कसलं अंतर्मन? रात्री-अपरात्री आग लागल्यासारखा गोंगाट करतोस? तंगडं मोडून हातात देईन, सांगतोय! झोप जा मुकाट!

मुख्य पात्र : झोप जा! मी सफरीवर आहे – जगाच्या! या – या सायकलीवरून –

एकजण : (पाहून) या. आं? या सायकलीवरून? अरे हिला चाकं नाहीत. बिनचाकांच्या सायकलीवरून सफर कसली तुझ्या कर्माची करतोस? तुझ्या बापाने तरी बिनचाकाची सायकल चालवली होती? येडचाप नाहीतर. जा, उरलेली सफर उद्या सकाळी कर हां. पुन्हा रात्रीत ओरडा केलास तर तू आहेस आणिक मी आहे! यांची सफर नि दुनियेची झोपमोड साली... [तरातरा काल्पनिक दाराआड जाऊन ते बंद करून, कडी लावून विंगेत निघून जातो.]

[मासा यातच केव्हातरी नाचता नाचता विंगेत निघून गेलेला. मुख्य पात्र एकटा रंगमंचावर उरतो. लंगडणे आता नाही. एकटेपणा त्याच्या अंगावर येतो आहे.]

मुख्य पात्र : (रडवेला होतो.) म्हणे कानाखाली आवाज काढीन... तंगडं मोडून हातात देईन... चाकं नाहीत... बाप काढतात बाप... आई ग, हे जागुष्टेकाका बघ ग, मी काही केलं नसताना मला कसे बोलतात ते. माझ्या... सायकलीला... बिनचाकाची... सायकल... म्हणतात. आई माझ्या सायकलीला चाकं आहेत की नाहीत ग? आई आहेत ना चाकं? बघ आहेत. मग हे असं का म्हणतात? जागुष्टेकाका वाइट्ट आहेत. जागुष्टेकाका पागुष्टेकाका. मी त्यांचं नाव आपल्या नानांनाच सांगीन. मग ते... जागुष्टेकाकांना... हाऽत रे... करतील. मग जागुष्टेकाका... मरतील. जीभ अश्शी बाहेर लोंबेल त्यांची. नि डोळे उघडे. मग मी... माशाचं पोट

फोडीन... माझे कपडे घेऊन जगाची सफर करीन... दुचाकीवरून जगाची सफर करीन...

[हे म्हणताना मुख्य पात्र वयाने लहान लहान होत जातो. शेवटची वाक्यं अगदी लहान मुलाप्रमाणे म्हणत – न लंगडता – रंगमंचावर अगदी लहान मुलाप्रमाणे फिरतो. अखेर सायकलशेजारी अंगाची जुडी करून, डोळे घट्ट मिटून घेऊन झोपतो, भेदरलेल्या अर्भकासारखा. हळूहळू अंधार होतो. फक्त बिनचाकांची सायकल आणि मुख्य पात्रावर उजेड. त्यात मुख्य पात्राचे टक्कल चमकते आहे. मग क्रमशः पूर्ण अंधार.]

***

* 9 7 8 8 1 7 1 8 5 5 7 4 2 *
FCW - #0269 - 061026 - C0 - 216/140/3 - PB - 9788171855742 - Matt Lamination